VĂN HỌC MỚI

TẠP CHÍ VĂN HỌC NGHỆ THUẬT

PHÁT HÀNH MỖI THÁNG / 1 SỐ (1 NĂM 12 SỐ) Năm thứ VIII

Editor-in-Chief: HÀ NGUYÊN DU

Assistant Editor-in-Chief : NT LỆ THU

General Secretary : Lệ Thu & Vương Thư Sinh

Secretary & Manuscript Reader : Bạch Xuân Phẻ

Publishing Technology:
Phạm Hồng Thái & Ngã Phương Huyền

Thư từ, bài vở, ngân phiếu - xin gởi về:
(Văn Học Mới - New Literature Magazine)

Tòa Soạn
(Newsroom)
To: HA NGUYEN
10291 Arundel Ave.
Westminster, CA 92683 - 5821

vanhocmoi4@gmail.com
ntlthu1016@gmail.com
tapchivanhocmoi.tho@gmail.com

https://tapchivanhocmoi.com
https://vanhocmoi.com

ĐẠI DIỆN PHÁT HÀNH

Canada: **Phan Ni Tấn** <phannitan@yahoo.ca>
Canada : **Hoàng Xuân Sơn** <hoangxuanson@hotmail.com>
Minnesota: **Kimchi Hoang** < hkimchi2006@gmail.com>
Georgia: **Đức Phổ**<dducpho@gmail.com>
Massachusetts: **Lâm Chương** <lamchuong495@gmail.com>
Louisiana: **NgT Hồng Hải**<nhattannguyen575@yahoo.com>
Houston: **Nguyễn Minh Triết**<lntt_2000@yahoo.com>
San Jose: **Phạm Hồng Thái**<thaihpham@gmail.com>
Paris:**Trang Thanh Truc<trangthanhtrucparis@yahoo.fr>**
Việt Nam: NT Lệ Thu<ntlethu1016@gmail.com>
Germany **Trần Văn Tích**

Số ghi danh Quốc Hội Hoa kỳ: ISSN 2690 - 4276

TRONG SỐ NÀY

NGUYỄN KIẾN THIẾT • TRÚC LAN • NGUYỄN VĂN SÂM • NGUYỄN HÒA-TRƯỚC • QUYÊN DI • HOÀNG XUÂN SƠN • NGÃ PHƯƠNG HUYỀN • TUỆ TRUNG • TRỊNH Y THƯ • VIÊN DUNG • VŨ HOÀNG THƯ • PHẠM QUỐC BẢO • HÀ NGUYÊN DU • LÊ HỮU MINH TOÁN • LƯU NGUYỄN TỪ THỨC • NGUYÊN CẨN • NGUYỄN THỊ KHÁNH MINH • SA CHI LỆ • TIỂU LỤC THẦN PHONG • HUỲNH LIỄU NGẠN • ĐỨC PHỔ • TRẦN HOÀNG VY • TRẦN QUÝ TRUNG • QUẢNG XUÂN • NGUYỄN ĐẠI DUẨN • LƯƠNG THIẾU VĂN • NGƯỜI SÔNG HẬU • HỒ XOA • NGUYỄN AN BÌNH • HÀ VŨ GIANG CHÂU • NGUYỄN MINH TIẾN • BẠCH XUÂN PHẺ • TRẦN DANH THÙY • PHAN HẠ DU • ĐẶNG PHÚ PHONG • LÂM BĂNG PHƯƠNG • NGUYỄN THIỆN • SÔNG NGÀN • NGUYỄN HỒNG LINH • TÔN NỮ MỸ HẠNH • LÊ KHÁNH NHÂM • LINHCT • GIỌT THU • SAN PHI •

mục lục

VĂN HỌC MỚI SỐ 44

LỜI TÒA SOẠN
Văn Học Mới
Số 44 - Tháng chín
Thưa quý thân hữu và bạn đọc

Tháng Chín – khi những cơn gió heo may khẽ gọi mùa thu về, cũng là lúc bầu trời mở ra một vầng trăng hiền hòa, sáng dịu, dẫn hồn người trở lại với những trang thơ, truyện ngắn và tiểu luận nồng ấm nghĩa tình.

Tháng Chín trong dòng chảy của nhân loại luôn chất chứa những ngày ý nghĩa:

05/09 – Ngày Quốc tế Từ thiện (International Day of Charity): để nhắc nhớ rằng lòng nhân ái là hạt mầm của mọi an lành trên trái đất.

08/09 – Ngày Quốc tế Xóa nạn mù chữ (International Literacy Day): để tri ân chữ nghĩa – chiếc chìa khóa mở cửa tri thức và tự do.

21/09 – Ngày Quốc tế Hòa bình (International Day of Peace): như một khúc nhạc ngân vọng kêu gọi muôn nơi buông bỏ hận thù.

26/09 – Ngày Quốc tế Xóa bỏ Hoàn toàn Vũ khí hạt nhân: một ước mơ chung về thế giới không còn đe dọa bởi diệt vong.

27/09 – Ngày Du lịch Thế giới: mời gọi những bước chân khám phá, mở lòng đón nhận khác biệt.

29/09 – Tết Trung Thu: thời khắc sum vầy, nơi trăng thu không chỉ tỏa sáng trên mâm cỗ mà còn trong từng câu chuyện và lời thơ.

Với Văn Học Mới, tháng 9 này cũng là cột mốc của Số 44 - nơi chúng tôi dàn trang giữa tiết thu, vẫn như mọi số trước, được nâng đỡ bởi sự siêng năng và bền bỉ của quý tác giả. Từng bài thơ, truyện ngắn, tiểu luận, hay những khảo luận văn học gửi đến tòa soạn đều như cánh chim đã đủ lông vũ, sẵn sàng bay trên bầu trời lung linh ánh nguyệt, mang theo hơi thở mùa thu và tình tự văn chương đến với độc giả bốn phương.

Chúng tôi biết ơn tất cả những tâm hồn đã cùng góp ánh trăng vào "đêm hội chữ nghĩa" này – để mỗi số báo khi ra đời, không chỉ là thành quả của lao động nghệ thuật, mà còn là lời mời gọi đến một miền an nhiên, nhân ái và sáng tạo.

Văn Học Mới – Số 44 xin được gửi tới quý độc giả như một món quà trung thu của chữ nghĩa: tinh khiết, đậm hương, và sáng mãi như vầng trăng rằm.

Và giờ đây, khi những trang báo này khép lại trên tay quý vị, chúng tôi mong rằng mỗi câu chữ sẽ mở ra một cánh cửa mới trong tâm hồn. Hãy tiếp tục viết, tiếp tục đọc, tiếp tục yêu thương và sẻ chia – vì văn chương không chỉ để thưởng thức, mà còn để nâng đỡ và kết nối chúng ta trong cùng một ánh trăng nhân loại.

Tòa Soạn Văn Học Mới

NGUYỄN KIẾN THIẾT
TRÍCH LƯỢC MỘT SỐ MẢNH VỤN VĂN HỌC-Kỳ 7 (Hết)

*Mời bạn đọc xem *Văn Học Mới* từ Kỳ 1, số **38**, tháng 3/2025. Tất cả chú thích và hình ảnh minh họa đều có ở Phần trọng tâm của quyển sách.

XXX.- **Nghĩ về Giải Thơ Văn Học Mới 2024**

Trước hết, tôi muốn dành một điểm son cho *Văn Học Mới (VHM)* đã đi *tiên phong* trong việc tổ chức một Giải Thơ cho một tạp chí văn học ở hải ngoại. Thư ký thường trực của Giải Thơ nầy là nhà thơ Hà Nguyên Du (HND), Chủ biên tạp chí, đồng thời là Giám đốc nhà xuất bản Văn Học Mới tại Hoa Kỳ. Lại thêm BGK đều là những người có uy tín, đã thành danh về các lãnh vực thi ca, sáng tác, biên khảo và phê bình văn học từ trong nước tới hải ngoại, trước và sau năm 1975. Theo Thông báo của Ban Tổ chức đăng trên *Văn Học Mới* số 27 (tháng 10, năm 2023), thành phần BGK gồm "Những Nhà Văn, Nhà Thơ, Nhà Biên Khảo Như Sau: Nguyễn Vy Khanh, Nguyễn Văn Sâm, Nguyễn Kiến Thiết, Nguyễn Minh Triết, Hoàng Xuân Sơn, Nguyễn Đức Tùng, Đức Phổ, Hà Nguyên Du". Về sau còn bổ sung nhà văn Quyên Di trong BGK (*VHM* số 29, tháng 02, Xuân Giáp Thìn 2024), tổng cộng **9** người. Trong số **9** vị trong BGK, có một số nhà giáo đã dày dặn kinh nghiệm trong việc "cầm cân nẩy mực". Có vài vị đã từng là Giám khảo Cuộc thi văn học của một cơ quan ngôn luận hay một đoàn thể. Đã có "hô" phải có "ứng". Tính ra có tới 104 bạn làm thơ, những người yêu thơ và những "chuẩn thi sĩ" khắp mọi miền đất nước tại Việt Nam cũng như ở hải ngoại đã nhiệt tình hưởng ứng Lời mời gọi của Ban Tổ chức và đã hăng hái gởi bài dự thi.

Về phía Ban Tổ chức, thay vì chỉ *mặc áo thụng vái nhau*, người viết cũng muốn lượm lặt những lời "bàn ra tán vào" để đóng góp một vài ý kiến nho nhỏ hầu rút tỉa kinh nghiệm. Nhưng theo lẽ thường, hễ "trung ngôn" dễ bị "nghịch nhĩ", chúng tôi thành thật xin lỗi trước về những "Lời thật" vô tình làm "Mất lòng"!

1.- Việc công bố Bảng điểm chấm thi trên FB của **tất cả** Giám Khảo chưa đầy đủ 100%.

2.- Để kết quả Cuộc thi hoàn toàn vô tư, khách quan, tránh gây xôn xao dư luận, thiết tưởng việc chấm thi phải đi từ vòng "Sơ khảo", sau đó mới đi đến "Chung khảo". Ở vòng "Chung khảo" nầy, các Giám khảo sẽ bỏ phiếu "**kín**" để chọn thí sinh trúng giải.

Tóm, với thành phần BGK *có tầm có tâm*, với sự hưởng ứng nồng nhiệt của 104 TG gởi bài dự thi, ***mặc dầu còn một số hạn chế nhứt định (khách quan, chủ quan) có khi gây "dư luận xôn xao" như phần đông các cuộc thi khác, chúng tôi tin rằng GIẢI THƠ VĂN HỌC MỚI 2024 sẽ thành công tốt đẹp.***

Nguyễn Kiến Thiết – Montréal,
Canada ngày Quốc Khánh Québec (24.VI.2024)

XXXI.- Góp ý sách "VĂN XUÔI TỰ SỰ QUỐC NGỮ NAM BỘ CUỐI THẾ KỈ XIX ĐẦU THẾ KỈ XX – NHỮNG GÓC NHÌN"

Việc mong muốn đón nhận sự "góp ý" của độc giả không thấy nhắc tới trong tập sách – điều mà đại đa số tác gia khác vẫn thường làm. Chẳng hạn, tôi có viết: *"Chúng tôi thành khẩn đón nhận những sự chỉ bảo..."*. Nguyễn Vy Khanh cũng viết: "*Chúng tôi mong tiếp tục được quí độc giả chỉ giáo những sai lầm và thiếu sót...*". Nguyễn Văn Sâm đã tự biện minh cho sự "bắt giò" Hồ Văn Trung / Hồ Biểu Chánh qua việc chú giải cuốn *U Tình Lục*: "***Bắt giò** không vì ghét, vì phách lối, tự cao tự đại, mà để cùng nhau hiểu hơn những ngõ ngách của lâu đài văn hóa kỳ bí của dân tộc*". *Văn Xuôi Tự Sự Quốc Ngữ* đã "gãi đúng chỗ ngứa" của người viết, nên thay vì chỉ "mặc áo thụng vái nhau", chúng tôi xin có đôi lời **góp ý** thật thà, thẳng thắn với nhị vị tác giả. Đành rằng hễ "trung ngôn" thường gây "nghịch nhĩ", nhưng đây là việc *phải* làm nên chúng tôi thành thật xin lỗi trước.

1.- Về tên gọi "**Nam Bộ**". Trước năm 1975, hầu hết tác giả trong Nam đều mặc nhiên gọi "miền Nam", ngầm hiểu là "Nam Kỳ Lục tỉnh" hoặc "Lục tỉnh" hay "Nam Kỳ". Lục tỉnh Nam Kỳ được phân chia dưới thời nhà Nguyễn, dựa vào một câu cổ ngữ: "*Khoái mã gia biên vĩnh định giang hà*" (phóng ngựa ra roi giữ yên non nước). Cụ thể vào năm Nhâm Thìn (**1832**), vua Minh Mạng bãi bỏ Gia Định Thành, đổi các trấn thành tỉnh, chia 5 trấn của Gia Định Thành trước đây thành 6 tỉnh (**Lục tỉnh**) gồm: Phiên An [sau đổi Gia Định], Biên Hòa, Định Tường, Vĩnh Long, An Giang, Hà Tiên. Hai năm sau (Giáp Ngọ, 1834), vùng Lục tỉnh thuộc Gia Định Thành trước đây được gọi chung là Nam Kỳ. Từ đó có tên gọi là **Nam Kỳ Lục tỉnh** cho tới khi toàn cõi Nam Kỳ rơi vào tay thực dân Pháp. Đương thời, người Pháp gọi Nam Kỳ Lục tỉnh bằng cái tên Basse-Cochinchine (tức vùng Cochinchine "hạ"). Chánh quyền Pháp bỏ tên Lục tỉnh nhưng còn giữ lại hai chữ Nam Kỳ, gọi là Cochinchine, phân biệt với Bắc Kỳ (Tonkin) và Trung Kỳ (Annam). Người Anh, Mỹ cũng gọi Nam Kỳ là Cochinchina. Nam Kỳ còn đươc gọi **"Nam Bộ" từ năm 1945** nhưng ít phổ biến ở vùng Quốc Gia. Đến năm 1946, Pháp thành lập chánh phủ Cộng hòa tự trị Nam Kỳ, còn gọi "Nam Kỳ Quốc". Nam Kỳ / Nam Bộ còn được gọi là Nam Phần hay Nam Việt từ 1948 tới 1975 thời Quốc gia Việt Nam và Việt Nam Cộng Hòa. Từ sau Cách mạng Tháng Tám năm 1945 cho đến nay, chánh quyền Việt Nam Dân Chủ Cộng Hòa rồi Cộng Hòa Xã Hội Chủ Nghĩa Việt Nam vẫn tiếp tục sử dụng và thống nhứt cách gọi Nam Bộ. Các tác phẩm của Lê Thị Minh: *Hò Miền Nam* (Phạm Văn Tươi – 1958), của Sơn Nam như: *Nói Về Miền Nam* (Lá Bối – 1967), *Lịch Sử Khẩn Hoang Miền Nam* (Đông Phố -1973), của Nguyễn Văn Hầu qua loạt bài *Hò Miền Nam* (*Bách Khoa* các số 135 và 136, năm 1962), v.v... đã sử dụng tiếng "Miền Nam" được ngầm hiểu là "Nam Kỳ" hay "Nam Kỳ Lục Tỉnh" theo ý nghĩa đã dẫn giải trên. Chúng tôi đã xác định: "*Tiếng "Miền Nam" chúng tôi dùng trong tiểu luận nầy* [tức *"Tánh Cách Đặc Thù Của Ca Dao Miền Nam* – 1972] *được hiểu là vùng địa bàn từ Biên Hòa tới Hà Tiên, tức Nam Kỳ Lục Tỉnh*" (tr.8)

Nhóm Huỳnh Thị Lan Phương đã thận trọng khi viết: "*Nam Bộ được hiểu là Nam kì trước đó*" (tr.271). Phải đọc kỹ mấy trăm trang sách mới thấy chi tiết nầy. Thiết nghĩ câu nầy nên được đưa vào Lời Nói Đầu để người đọc dễ nhận biết.

2.- **Về cách gọi "điền chủ" hay "địa chủ".**

Huình-Tịnh Paulus Của trong *Đại Nam Quấc Âm Tự Vị* đã cắt nghĩa: Địa: đất (tr.293) [không có Địa chủ]; Điền: ruộng; Chủ điền: chủ ruộng (tr.296) [không có Điền chủ].Theo *Hán Việt Từ Điển Giản Yếu* của Đào Duy Anh, ý nghĩa hai từ nẩy có chút khác nhau:

.Địa chủ (地 主): người chủ có đất (tr.184);

.Điền chủ (田 主): người chủ có đất ruộng (tr.188). Trong tiếng Pháp hai từ này đều gọi chung "propriétaire foncier".

Điền chủ là những chủ ruộng lúa để phân biệt với những loại chủ khác. *Điền chủ / Chủ điền* cũng được dùng khá phổ biến trong các tài liệu thành văn thời Pháp thuộc ở Nam Kỳ cũng như trong hầu hết tiểu thuyết của Hồ Biểu Chánh. Nhưng đồng tác giả lại gọi *địa chủ* (tr.263; 446...) thay vì *điền chủ / chủ điền.*

3.- Nhóm tác giả không nói rõ "***Cuối Thế Kỉ XIX Đầu Thế Kỉ XX***", cụ thể là từ năm nào tới năm nào. Có nên giới hạn ở giai đoạn 1887-1930 (từ tác phẩm đầu tiên *Truyện Thầy Lazarô Phiền*) hay giai đoạn 1900-1930 (giai đoạn Nhóm tác giả tập trung khai thác tiểu thuyết Hồ Biểu Chánh)?

Như chúng ta đều biết, Hồ Biểu Chánh với sự nghiệp văn chương đồ sộ, trong đó có tới 64 tiểu thuyết đã xuất bản (cuốn đầu tiên: "***Ai làm được***" – 1912; cuốn cuối cùng: "***Chị Đào, chị Lý***" – 1957). Nhóm tác giả cho biết: "*Có thể khẳng định, ở 30 năm đầu thế kỉ XX* [tức1900-1930 – NKT], *Hồ Biểu Chánh là người đi tiên phong trong việc hiện đại hóa tiểu thuyết Việt Nam, theo con đường chủ nghĩa hiện thực*" (tr.270). Thật ra giai đoạn 1900-1930 chỉ có **17** cuốn tiểu thuyết của Hồ Biểu Chánh đã xuất bản (1 phần 3), trong khi tập sách tham khảo nhiều cuốn trong tổng số **47** tiểu thuyết còn lại (2 phần 3) thuộc giai đoạn sau (1931-1957). Như vậy có nên đổi tựa sách thành: "***Cuối Thế Kỉ XIX* Tiền Bán *Thế Kỉ XX***"?

4.- **Về việc trích dẫn**: Theo lẽ thường khi trích dẫn *phải* tôn trọng nguyên tác. Nghĩa là tên tác giả, tác phẩm, câu văn trích dẫn phải ghi *đúng* nguyên văn (kể cả gạch nối, chữ nghiêng và các chữ có thể hiểu sai chánh tả) – đặc biệt đối với tác phẩm biên khảo, phê bình văn học. Không nên tùy tiện *sửa* bất cứ chữ nào của nguyên tác. Bởi lẽ *"sách báo sau sao chép lại sách báo trước và bằng cách nào đó đã từng bước gia tăng những chỗ sai lệch nhiều đến mức rối như tơ vò"*. Tôi lấy một thí dụ. Câu thơ đầu tiên trong bài *Qua Đèo Ngang* của Bà Huyện Thanh Quan là: *"Bước tới đèo Ngang bóng* ***đã*** *tà"*. Sách giáo khoa đã tùy tiện đổi chữ **"đã"** thành chữ **"xế"**. Từ đó học trò cứ học "xế" , thầy cứ tà tà dạy "xế", sách báo về sau cứ vô tư trích dẫn "xế" từ năm nẩy sang tháng khác. Chúng tôi tôn trọng nguyên tác nên đã trích nguyên văn "Cuối Thế ***Kỉ*** XIX Đầu Thế ***Kỉ*** XX", mặc dầu luôn viết "Thế ***Kỷ***" (Y dài).

Đồng tác giả *Văn Xuôi Tự Sự Quốc Ngữ Nam Bộ* đã tôn trọng nguyên tắc nẩy. Tuy nhiên, một viên ngọc quý giá vẫn có chút tì vết. Đó là những hạt bụi nhỏ li ti bám vào, nên vì cái tình *đồng điệu*, chúng tôi muốn làm cái việc đánh bóng cho viên ngọc được sáng rỡ.

- *Tên tác giả, tên các nhân vật* nên ghi đúng: Trương Minh *Ký*/Trương Vĩnh *Ký/Huình* Tịnh Của (thay vì Trương Minh Kí/ Trương Vĩnh Kí/Huỳnh Tịnh Của – tr.15, 16, 49). *Pellerin* (thay vì Pelerin, thiếu chữ "***l***" – tr.289). Khi phiên âm Brevel Supe-rieur ở trang 293 (chúng tôi chưa đọc được nguyên tác của Hồ Biểu Chánh), thiết nghĩ nên chua thêm [Breve**t** Sup**é**rieur]. Tương tợ như vậy, A-mia-ranh-cuộc-bê (tr.42) nên chua thêm tiếng Pháp cho người đọc dễ hiểu, tức [**Amiral Courbet**]. Thật ra Amiral là đô đốc, tương đương đại tướng 5 sao; tên đầy đủ là Anatole-Amédée-Prosper-Courbet (1827-1885), một đô đốc Pháp, chỉ huy quân viễn chinh Pháp ở Đông Á.

- Tên *tác phẩm*: ***Nhơn*** *Tình Ấm Lạnh* (thay vì ***Nhân*** *Tình Ấm Lạnh* – tr.256); *Thông* ***Loại*** *Khoá Trình* (không phải *Thông* ***Thoại*** *Khóa Trình* – tr.13); *Nam* ***Kỳ*** *Địa Phận* (thay thế *Nam* ***Kì*** *Địa Phận* – tr.13).

- *Nguyên tác sai chánh tả,* thiết nghĩ nên chua chữ *đúng* trong dấu [ ] và in **chữ đậm**. Một vài thí dụ: ngàn năm văn dật [**vật**] (tr.246); đổi chát [**chác**] (tr.256, 277); mắm sặc [**sặt**] (tr.274); xiết cổ [**siết**] (tr.363), v.v... Về vấn đề nẩy, chúng tôi đã từng góp ý với Nguyễn Văn Sâm trong cuốn *U Tình Lục*. - *Ngôn ngữ pha* *trộn Tây-Việt lai căng* được phiên âm nên chua chữ Pháp, in **đậm** trong dấu [ ]: canô [**canot**] - xalông [**salon**] – quali [**valise**] – mù soa [**mouchoir**] – manda [**manda**t] – ram bon [**jambon**] - xúc xích [**saucisse**] - patê [**pâté**] (tr.267), v.v...

5.- **Về ngôn ngữ, khẩu ngữ** có chi tiết khá lý thú không thể bỏ qua; đó là *Kiêng húy / Kỵ húy*. *Đại Nam Quấc Âm Tự Vị* đã cắt nghĩa: *Húy*: giấu, cữ. *Phạm húy*: phạm nhằm chữ cấm; nói xách mé nhằm tên ai (tr.451). Kiêng húy là cách viết hay đọc trại một từ nào đó do bị kiêng kỵ trong ngôn ngữ văn tự xã hội thời phong kiến Việt Nam, bắt nguồn từ thời Trần Thái Tông. Dưới thời các vua Nguyễn, Húy kỵ đã được nâng lên thành *Quốc luật*, làm thay đổi một phần ngôn ngữ. Chúng tôi có viết: "*Người bình dân miền Nam còn sử dụng một số tiếng đọc trại đi vì kiêng húy các bậc vua, chúa, thánh, thần...*" (Nguyễn Kiến Thiết: sách đã dẫn, tr.76). Dương Quảng Hàm cũng ghi nhận điều đó như sau: "*Trong Nam thì tiếng* ***hoàng*** *đọc là* ***huỳnh*** *vì kiêng tên một chúa (Nguyễn Hoàng); tiếng* ***phúc*** *đọc là* ***phước*** *vì kiêng tên một chữ thuộc về chữ họ của bản triều (họ Nguyễn Phúc); tiếng* ***hoa*** *đọc là* ***huê*** *vì kiêng tên bà Hoàng quí phi về đời Thiệu Trị; tiếng* ***hồng*** *đọc là* ***hường*** *vì kiêng tên vua tự Đức (Hồng Nhậm). Cũng vì sự kiêng tên ấy mà có nhiều chữ nho ta đọc sai chính âm đi, như chữ* ***tông*** *đọc là* ***tôn****, chữ* ***thật*** *đọc là* ***thiệt*** *hoặc thực, chữ* ***thì*** *đọc là* ***thời****, v.v...*" (sách đã dẫn, tr.200). Hồ Biểu Chánh đã sử dụng một số ngôn ngữ húy kỵ trong hầu hết tác phẩm của mình.

Tóm, *Văn Xuôi Tự Sự Quốc Ngữ* là một tập sách có giá trị, được soạn thảo công phu với tinh thần nghiêm cẩn khoa học của các Giảng viên Đại học – những trí thức khoa bảng Huỳnh Thị Lan Phương và Nguyễn Văn Nở. Mặc dầu còn một số "*hạt sạn sót lại trong nồi cơm mới thơm lừng*" (tr.381), nhưng quyển sách nầy xứng đáng đặt trên kệ Tủ Sách Gia Đình của những ai yêu quý sách. Rất cám ơn nhị vị tác giả đã tặng sách và xin giới thiệu đến tất cả bạn đọc – đặc biệt những người chưa đọc đầy đủ tiểu thuyết Hồ Biểu Chánh.

Nguyễn Kiến Thiết - Montréal, VI.2025

TRÚC LAN
GỞI CHUYÊN VIÊN THƯ VIỆN PHẠM LỆ-HƯƠNG

Vốn là một chuyên viên Thư viện
Có mỹ danh là Phạm Lệ-Hương
Quê cũ chuyên ngành Thư viện học
Xứ người cũng nối mạch thư hương.

Tôi muốn kể một người tốt bụng
Thiện nguyện viên Viện Việt học CA
Phương châm "thi ơn bất cầu báo"
Thời gian, công sức chẳng nệ hà!
Đã nhiều phen "méo mó nghề nghiệp"
Tìm tư liệu cổ, hiếm quý nhiều
Mảng văn học Nam Kỳ Lục Tỉnh
"CHO rất nhiều, NHẬN chẳng bao nhiêu"!
Tấm lòng ấy sao mà cao đẹp
Cái tình nầy sánh mấy cho vừa
Khép lại lời tri ân trang trọng
Cho tình văn nghệ đậm hương thơ!

Tôi nhớ tới lời ca dao cũ
Như là tâm niệm phải viết lên:
*"**Ơn ai, một chút nên quên***
*"**Phiền ai một chút, để bên dạ nầy**"!*

Trúc Lan – Montréal, tháng VII.2025

NGUYỄN VĂN SÂM

Ngó Xuống *(Cho hương hồn TTY)*

Hóa không bay vút miền miên viễn,
Xác trần tháo cởi, hạnh vô biên.
Đọa đày mạt kiếp giờ quên lửng,
Nhẹ tênh bụi rắc rũ oan khiên.

Mừng rơn thanh thoát cơ man đấy,
Bỗng chợt động tâm: khóe mắt đầy.
Giọt nước người xưa ươn ướt đọng,
Rừng xanh đất đỏ lấp khôn khuây.

Nửa vừng thế kỷ theo thơ thẩn,
Hổ thẹn cùng ai, tím mặt dầy.
Thoáng nhìn ngôi rẽ: thương vô tận,
Khó dứt lòng thăng, như tỉnh say.

Ba nhiêu oan trái nơi trần thế,
Xin tạ cùng người lỗi bận nầy.
Bạn bè thương tiếc tình xưa, kể,
Đoạn đứt dây trần ta bỏ, bay.

Ngàn năm trăm kiếp nan tương hội,
Gặp gỡ kỳ nay huyền diệu rồi.
Trần-ảo lỡng phân, đen với trắng,
Kẻ ở người đi đành vậy thôi.

Hồn theo hương khói bâng khuâng lướt,
Dạo ngõ nhân gian mấy phút đời.
Triệu người nuốt nghẹn lời oan khuất,
Muôn kẻ xót xa nhà cửa trôi.

Dân dại nuốt chìm hờn tủi nhục,
Bọn hề hất mặt giữa vênh vang.
Đất nước máu xương lần teo tóp,
Văn hóa vô tâm lớp sóng tàn.

Đồng ruộng Cửu Long chìm ngập mặn,
Núi rừng Việt Bắc 'lạ' tràn lan.
Vô-thân, vô-hóa sao rơi lệ!
Còn chút vi-sinh của kiếp nầy,

Biến hình lén trở nơi trần thế,
Nối tiếp tình xưa luyến nước mây.
'Ta Về' thế-hóa thêm lần nữa,
Làm kiếp thi nhân, cũng chẳng thừa!

NGUYỄN VĂN SÂM
(Westminster, đêm khuya 05-31-19 tư gia một bạn văn)

NGUYỄN HÒA - TRƯỚC

Một vòng mặt trời

1

Khi chiếc mỏ ả quạ vàng rúc sâu dưới gối và đôi mắt quả bàng (của ả) dần dần đờ đẫn mà cân cấn nước, hãy đơn hành tìm đến cội-nguồn-không-màu của lặng lẽ (nơi đã một lần trần trụi từ đó bước lên) là dòng xiết nuốt đất mở bờ lềnh bềnh củi lũ.

Hãy sống lại, chỉ trong cõi hồng hà hoang hốt đó:

cái nhen nhén dị hình cháy khê trong tiết hạ chí ngậm cây kẹo kéo (ngắn dài theo nặng nhẹ mấy đồng xu kẽm) nấu bằng đường thô điểm xuyết sẹo lạc vỏ sò rang chỉ mới độ tám đu dây theo chùm bóng vú mướp mà bọn học trò gầy lỏng khỏng bậm bầm môi vận toàn lực vẫn chỉ khoảng quậy được chưa đến nửa bầu ông thiên địa;

cái thinh thích xuýt xoa chùn thun xoăn xẹo khi mùa thu cõi mộng địa giới lơi lả hội chèo đuôi khoen trăm hồng ngàn tía lụa the thướt lướt vấu cành lá bọn sấu ngà xanh mép đê cắn thử mà tiếc rẻ xem thế vẫn còn chua chun mũi;

cái man mác quắp tôm theo trận đông phong roi quất hả hê những cơn thê thiết sụt sùi rả riết mưa lựu trĩu mái gianh mưa ghềnh mưa suối lội tròng trành trong cái hẻm sặc sụa mưa ngô nhắp mồi cá nắp ao mưa nhện nguệch bản đồ trên lòng giấy không ô vuông lép nhép vài ý là lạ khiến chợt có lúc-hồ-nghi-hoảng-hốt chẳng lẽ mình đang bị rứt xa trần tục nhốn nháo bạn bè một loáng lưu đày vù lên linh-địa-tuyệt-bình-của-thiên-thi?

*

Sách mực xếp gọn

một ngày nghỉ học quý-hiếm-vàng-mười đi tìm trong đại-vũ-trụ vụ vẩn trong độ xoãi tay cái-tiểu-biến-tướng-nhưng-kháquen-hình-như-là-mình lẩn ngẩn thất thường bỏ cả bữa trưa khiến bà đôn đáo chạy tìm cháu yêu đến long đong cả rễ tóc.

Vài gió khảy đỡ lưng vịn;
khá nhiều khe nắng xắn tay áo nhung bung tam giác đều
bóp eo cô nàng khế tím vị thành niên hơi tí là đỏ mặt;
hoa phấn rụng thơm như lát quạt xua nồng dẫn dụ lối vào
căn nhà gạch duy nhất trong cái ngõ ngắn cắn hoài chưa
lần cấn mí;
duy nhất trong cái xóm hẻo gia cư chùm đụp mộc thổ này
nó là căn-nhà-thật-sự-là-nhà có hai dãy kiểng-bát-tiên mai chiếu thủy lúc nào ngang qua ta cũng nhìn thấy (như chúng đã thuê nơi này dài hạn) hình ảnh thật yêu đời một cặp oanh vàng chíp chíp mớm mỏ cùng nhận+cho sâu trên cành khảnh cao nhất.

*

Thời gian không chắc có chuyển dịch dấu mốc đồi kia đang lộ dung từng phút một với gió chuyển cung hợp xướng theo biến thái của địa hình mà đôi guốc vông càng dặm dài càng trúc trắc khi cuối cùng bước trên biển đồng bao la gù lưng rạ bặt huyên náo thợ hát đối hẹn hò bỡn cợt và màn trời chớp bóng lồng lộng với phiên chiếu thường trực cách giao hàng lạ lùng của mây.

Tìm em nơi nào cho tôi hỏi hộ cậu nắng đang chờ áo cô
làng giếng phơi sào lên ngủ ghé?
(nhân nắng hỏi dò, tôi vỡ):
mùa xuân đang mở then chốt cài vào lĩnh không đoàn tụ
của cay mắt khói lam chiều.

2

Những quả những hạt thổ nhưỡng mát mướt có mờ có
rạng
đồi mô nương luống cơi lài đất tơi đá mẻ

nhúm hạt vừng gieo giáp mùa dụi túi bụi mắt.
Bó tranh ngồn ngộn gái non ai hái quên mang về đang phợt phà cạ đất
bó tranh cắt ngọt khô nhanh đợt mồ hôi đã nhạt nhiều mặn chát
lối qua trại chõm cọ thừa ngủ gục
hơi thở các nan hoa đuối mùi sương ngọt như nõn mía
các đóm bay sù sụ mê sảng
buổi trưa vữa ôi tay chạy liềm đầu gật gà ngắt nhịp
mỗi mẻ lá là mỗi mảnh chăn an hòa ngon giấc
mặt trời đốt thiêu nhưng mặt trời vẫn gia ân chắn rét
chưa hết bàng hoàng năm rồi hai mùa cuối chẳng đứa nào chịu trắc ẩn nhả cho người chút sinh khí ấm áp.
*
Đời trải chiếu ngược hướng rừng nai thỏ chạy.
Ảo quang chệnh choạng leo lên bụng nữ thần hoàng hôn làm nhúm nhó nghẹn ngào cái lõi phôi thai khởi hứng của cây-nhân-sinh yêu chiều phóng dật;
nhịp tắc lưỡi đánh vỡ rào rạo áo hào hoa tài tử (óng ánh đến độ phiêu linh) vốn bấy lâu chỉ tồn tại nhờ vào tràng vỗ sứt sẹo xỏ xâu của thuật hóa trang diệu thủ;
cây nêu thơ hơi hắt ngọn phong chướng
rùng mình trả lại tất phấn son dầy dạn.
*
Ta sẽ không về nếu chưa hôn lên được chiếc lá mầu nhỏ nhất mà dòng suối sắp đến giờ đưa sang;
trong chấm lá:
đời sóng sánh như bát nước rau xanh hút hết dưỡng trấp từ địa mẫu, dễ ly tâm như hạt gạo bé níu vành rổ cạp thưa vách khi vo nước nhúng vào chẳng dám chờ thấm đẫm;
cuộc sống mầm ngoi từ một hai ranh tiểu tiết chập chênh như ngủ thấy được bay lên mỗi quạt tay là cách địa cập thiên.

Căn nhà em xưa ta chỉ nhớ mặt tiền
hai gốc ngọc anh tranh với em vị ngôi gia chủ mời vào khi ta còn chưa gọi cổng.

Bay đến em dễ thương trăm tuyến dài không viền mối
tiếp và tiếp hành trình trên chim di chưa cánh oải
mỏ vỏ cam ngậm hoa hồng hoa bạch nhụy tóc bướm
vũ mao biết nói và lông măng thơm ơi là mùi kẹo bột!

3

Khi vầng dương ngủ
ta sẽ sống, rất tiết kiệm
học cách đếm thật chuẩn chấm hạnh phúc, từng giây
(quyển sổ đời giờ cứ để mở vô tư
giấy sẽ thơm và tơ vàng sẽ nổi)
trà vị mới và bình lọ sạch tươm tướp
rượu chắt chiu ngụm nhỏ ngậm thật lâu vị sữa nếp đỉnh ngàn thông nhánh cỗi
say lắc lư bảy vòng gom hết quang hợp về nghịch ngợm chanh chao
quả hạt gà mimosa bậc thang cuối dám xù lông mịn giáp vòng rộng mênh.

Cửa vào lai sử phong phanh
lan can có tiếng cựa mành gỗ thưa.

07-2023
NGUYỄN HÒA - TRƯỚC

NGUYỄN HÒA - TRƯỚC
Về, theo cánh phượng lá trầu mẹ têm

Tôi đã gửi tin ra hàng dừa ốc đảo
nhắn liễu hồ hãy kiểm định từng trang
đã đọc lên mời nghe ý kiến gia đình cô sếu gầy
cho lịch trình một chuyến về thăm xứ cổ tích.

Trong trí tưởng ngây thơ cố hương tôi tháp bút vồng thon long lanh mực
giọt vẩy điệp trùng núi tím giọt loang trầm mặc biển xanh
võng đưa kẽo kẹt ca dao mẹ ru nôi con đẫy giấc
khuyên son những bài giảng quốc văn giáo khoa thư.

Đội ngũ xoan lợp mái đón đàn bò qua trưa nhả nóng
đầm bùn trơn trâu tắm thỏa thuê nhai dãi nhớt lồng hồng chạy hùa
trời vòm bao la gió nâng diều giấy lượn
cỏ thảm thênh thang chân trẻ đua với thỏ vườn
giếng đá ong tròn rỗ rêu nhớt ôm bụng cười ướt mắt
chổi ngọn rạ mềm công phu dựng lâu đài bí ẩn
thập thò trốn tìm trò chơi tuổi nhỏ tập mài bén giác quan
xoắn râu lão đa đu cao tít ngỡ chừng sắp chạm đến cổng nhà trời
bể nước mưa trần truồng dội tuột nhễ nhại những nồng những nực những mồ hôi
mẹt nia tròn trĩnh những viên ngọc trời đang chờ múa xòe
dẻo chõ xôi hoa vàng nếp cái.

*

Thổ nhưỡng chắt tinh tủy nghìn đêm ninh lọc
lấm tấm lược ấm nụ vối trà san tuyết rịn thơm ơn lành đất

nước
phên mây cài đã ít nhiều lệch xô một góc sân chiếc phản l
ườn vuông vức
khuôn bánh quế cay gói đọng một vời vợi dung nhan
mẹ tôi ngồi cau bổ cơi trầu đồng sáng choang têm vòng cắt
nối
bức hoạt họa và tranh tĩnh và nét vẽ trắng đỏ kèn trống
rước đèn đình làng khai hội
vỗ cánh rập rờn ngẩng cao chiếc cổ xinh xinh lớp lớp tiểu
phượng hoàng
vượt lên đáy bình vôi nông nhịp nhàng mẹ xắn hoài một ly
chiều sâu thêm chẳng được
quạt nan thổi lùa sợi tóc cước trắng lạc lối nào kia
khăn nâu sồng mỏ quạ quắp xuống tỉ mỉ kẻ đường đê
lũ con dại khám phá thế giới lớn lũy tre ngoài sẽ bớt phen
bỡ ngỡ.

Hạn hán ngang ngược làm địa chấn rạch vằn vện khuôn
mặt dịu dàng rẫy nương
tiêm căng mạch đói nghèo cơn lũ lụt bạo cuồng
mẹ đếm mồ hôi khá lúng túng không như lúc đếm gạo trấu
đong lửng nồi mất mùa gặt vội
mắt em thơ trợn trừng nuốt chửng bát cơm chưa kín đáy
chị cả vừa đơm xong thìa cuối.

Bậc thềm lênh khênh
mẹ ra vào thong thả
nắng cúi đầu sợ thêm lần vấp ngã
mưa xếp ô tơi ấp úng giọt tự tình;

lưng mẹ đổi gập khúc
gian lao lùa xuống vực
hạt ngon, mười ngón thiêng
nhặt, bày mâm hạnh phúc.

*

Mài đá tảng góc gai đường sơn khê quất quanh xuyên trổ
gà rừng gáy trạm dập dìu thủy lộ
mẹ một thời bèo hoa dâu nón quai thao lụa cầm quai xỏ
bè vầu già sào cắn cong cát màu sỏi mỡ
khoắng ao chuôm bọn chẻm trê cầu vồng nhảy rộ
mắt đuôi răm sém sướt liềm tranh cỏ
khăn nhiễu áo the nơ chải chuốt bập bềnh thuyền quan họ.

Bụng sông anh ách sôi dọc ngang chuyến phà cày nước
mấy quyển vở vỡ lòng con đã làu thuộc
bao năm rồi bây giờ đài tượng mẹ thiện linh nhà-điêu-khắc-thời-gian đã quét xong giũa sau cùng
thương sao là con bướm chung tình thuở ấy ngày ngày
vẫn ghé vào thăm cái ngách quạnh quẽ nhà quê!

bướm ơi bướm ở đừng về
giàn tương đỗ ủ đậu kể bướm xem
từ tay mẹ lá trầu têm
từng đàn phượng bé bóng lên bẩy trời.

tháng của mẹ, 05-2024
NGUYỄN HÒA - TRƯỚC

QUYÊN DI
NGƯỜI ĐÀN ÔNG ĐẸP NHẤT TRONG CUỘC ĐỜI MẸ

Con ạ,

Đôi khi con thầm trách là ba con khó hiểu và tình cảm khô khan. Là người ở bên cạnh ba con suốt gần ba mươi năm, chia sẻ với ba con mọi chuyện lớn nhỏ trong cuộc sống, mẹ có đủ tư cách để nói với con rằng: nếu nói rằng ba con khó hiểu thì điều ấy đúng, nhưng nếu nói rằng ba con là người tình cảm khô khan thì điều đó hoàn toàn sai. Ba con không khô khan về tình cảm đâu, ba con chỉ không biểu lộ tình cảm ấy ra bên ngoài như một số người khác thôi. Cũng chính vì thế mà ba con trở nên khó hiểu.

Nhưng mẹ hiểu được ba con. Đôi khi con hỏi mẹ, vừa có ý thương yêu vừa có ý trách móc, là tại sao mẹ lại có thể ở được với ba con suốt gần ba mươi năm như thế này. Con ạ, mẹ làm được điều ấy, hạnh phúc mà làm điều ấy, vì mẹ hiểu ba con. Mà khi đã hiểu rồi, thì mẹ thấy ba con là một người đàn ông rất đáng yêu.

Có một điều mẹ không nói ra thì con cũng biết, là suốt ngần ấy năm dài chung sống, chưa bao giờ ba con mời mẹ đi dùng cơm tối ngoài tiệm, một bữa ăn sang trọng, thơ mộng và lãng mạn, có ánh nến lung linh trên bàn và có nhạc dìu dặt. Cũng không bao giờ ba con đưa mẹ đi chơi du thuyền trong mùa nghỉ hè, để hai người đứng trên boong tàu dựa vai nhau, ngắm nhìn cảnh hoàng hôn trên biển cả. Khi hai người đi đâu chung với nhau, ba con không có những cử chỉ lịch lãm, như mở cửa xe cho mẹ bước xuống, mở cửa phòng cho mẹ đi vào, kéo ghế cho mẹ ngồi một cách điệu nghệ. Con ạ, tính mẹ mơ mộng, thích những hình ảnh ấy lắm. Thế nhưng dù không được như vậy, mẹ vẫn biết và vẫn cảm thấy là ba con yêu mẹ lắm.

Bởi vì ba chứng tỏ tình yêu của ba không bằng lời nói, không bằng vài dịp đặc biệt trong năm, nhưng bằng sự chăm sóc mẹ thường xuyên trong cuộc sống hằng ngày.

Có thể con không biết nhưng mẹ biết rõ, là không bao giờ mẹ lâm vào tình trạng xe mẹ bị nằm đường, vì cứ mỗi cuối tuần là ba con chăm sóc chiếc xe của mẹ. Ba đổ thêm nước, thay nhớt nếu cần, kiểm soát thắng xe, bơm bánh xe, xem lại bình điện, thử các bóng đèn. Khi biết chắc tất cả đều hoàn hảo, ba con mới yên tâm làm việc khác. Con ạ, những lúc ấy nhìn ba con lem luốc, tay chân quần áo dính đầy dầu mỡ, mẹ thấy ba con đẹp và đáng yêu hơn hình ảnh người đàn ông chải chuốt, ăn mặc đỏm dáng, dẫn vợ hay người tình đi ăn tối ở một nhà hàng sang trọng.

Có thể con không biết nhưng mẹ nói với con một điều mẹ không hề biết, mà mẹ không xấu hổ, đó là mẹ không biết đổ xăng xe. Vì việc ấy ba con đã lo cho mẹ rồi. Bình xăng của xe mẹ luôn luôn đầy. Mẹ lên xe là cứ việc bật cho máy nổ và chạy một cách yên tâm. Con ạ, nghĩ đến điều ấy thì mẹ thấy ba con đẹp và đáng yêu hơn người đàn ông nào đó dựa vai người tình trên boong tàu, ngắm nhìn cảnh hoàng hôn trên biển.

Có thể con không biết nhưng mẹ biết rõ, là tất cả những bức tranh và ảnh chụp trên tường nhà mình đều do tay ba con treo lên cả. Mẹ thích tranh ảnh, mỗi khi mẹ có một bức mới thì chính ba con loay hoay bắc ghế, đóng đinh lên tường vào những chỗ thích hợp và treo những bức tranh ấy lên. Có một lần ba con nện búa vào tay thay vì vào đinh, thế mà ba con không hề nhăn nhó cũng không hề nổi nóng. Con ạ, nhớ đến cảnh ba con loay hoay leo lên ghế đóng đinh treo tranh cho mẹ thì mẹ thấy ba con đẹp và đáng yêu hơn người đàn ông thanh lịch nào đó mở cửa xe, mở cửa phòng và kéo ghế cho vợ hay cho người tình nhiều lắm.

Con ạ, cũng với một thứ tình cảm thể hiện bằng hành động trong cả đời sống chứ không bằng lời nói hay cử chỉ bên ngoài, ba con cũng đã săn sóc con thật chu đáo.

Có thể con không nhớ nhưng mẹ nhớ rất rõ, lúc con lên năm tuổi và bị một cơn bệnh nặng. Khi ấy không đêm nào là ba con không thức trắng ở bên cạnh con, chăm chú theo dõi từng hơi thở của con, lo lắng và vui mừng theo nhiệt độ lên xuống của con. Mỗi khi con mở mắt nhìn thì ba con mỉm cười thật hiền với con. Sáng ra, khi con thực sự thức giấc thì không thấy ba con đâu mà chỉ có mẹ. Ba đã đi làm từ sáng tinh mơ sau cả một đêm không ngủ.

Có thể con không nhớ nhưng mẹ nhớ rất rõ, lúc con bước vào tuổi vị thành niên. Con vui chơi bạn bè, con bước vào nhà như một người xa lạ, nhiều lúc con nhìn ba mẹ với một ánh mắt oán ghét và thù hận. Ba con lặng thinh không nói một lời. Con thấy ba không nói thì tưởng ba lạnh nhạt với con. Nhưng có những tối con đi chơi về muộn mà không báo trước, ba lái xe đi tìm, xông vào bất cứ nhà quen nhà lạ nào mà ba nghĩ con ở trong đó. Bị người ta lớn tiếng hay xua đuổi, ba vẫn lặng thinh. Khi ra xe, mẹ thấy khoé mắt ba có giọt lệ. Mẹ biết ba khóc không phải vì tủi thân mà vì lo cho con.

Có thể con không nhớ, nhưng mẹ nhớ rất rõ, ngày con ra trường trung học. Những nét rạng rỡ hiếm có xuất hiện trên khuôn mặt ba con. Ba con nhìn con hãnh diện và âu yếm. Và buổi chiều trong lễ ra trường của con, khi con bước lên bục nhận văn bằng, thì ở hàng ghế thân nhân, ba con đã ghé tai mẹ mà nói: "Con nó đã nên người."

Và cứ thế, con ạ, ba con đã ở bên mẹ và bên con, sẵn sàng đưa vai ra gánh lấy những gánh nặng nề cho mẹ con mình được an hưởng; đưa lưng ra đón lấy những khó khăn để mẹ con mình được nhẹ nhàng; chịu đựng những đắng cay chua xót của cuộc sống để mẹ con mình được ngọt bùi; rơi những giọt nước mắt âm thầm trong đêm để mẹ con mình được tươi cười vui thoả. Và bởi vì ba con vẫn không nói, không biểu lộ, nên con vẫn không biết là ba con yêu thương con đến thế nào.

Con ạ, người ta thường nói hình ảnh đẹp nhất trong đời là hình ảnh bà mẹ ôm con. Nhưng với riêng mẹ, hình ảnh đẹp nhất của cuộc đời lại là hình ảnh người bố to lớn dềnh dàng ôm đứa con nhỏ bé với đôi tay vụng về, nhưng cặp mắt ánh lên tia sáng ấm nồng yêu thương và tràn đầy hy vọng.

Bởi thế, con ạ, vì tất cả những điều mẹ vừa kể ra với con và tất cả những điều mẹ không kể ra hết được, con hãy hiểu rằng ba con yêu thương mẹ con mình lắm. Để rồi buổi tối hôm nay, con đừng ngần ngại cầm lấy bàn tay chai sạn của ba con, hay ôm lấy đôi vai cứng rắn của ba con mà nói rằng: "Ba ơi, con biết ba rất yêu con, và con cũng yêu ba lắm."

Mẹ yêu dấu của con
(Trích trong quyển "Ngôn Ngữ và Văn Hoá" - A Course of Advanced Vietnamese của Quyên Di)
QUYÊN DI
Lấy cảm hứng từ bài viết của một tác giả người Mỹ, đăng trên tạp chí Reader's Digest

***

BÔNG SỨ PHÒNG VĂN

Sáng sớm phòng văn thơm bông sứ
Trên trang sách cổ một chùm hoa
Thư sinh lặng lẽ nhìn, tư lự
Ai đã đưa hương đến tận nhà!

Cô con gái ấy bên hàng xóm
Người thanh như ngọc trắng như ngà
Đôi con mắt sáng như sao sáng
Mỗi khi kẻ sĩ bước chân qua.

Mường tượng đôi bàn tay ngọc ấy
Cổ tay tròn trịa cạnh chùm hoa
Hoa thơm hay chính tay thơm đó
Hái tặng thư sinh để làm quà.

Một chút vấn vương hương thơm mát
Của người thục nữ dáng thướt tha
Cửa sổ phòng văn chừng thấp thoáng
Như ai áo lụa với quần là.

Hoa sứ toả hương khắp phòng văn
Lan cả vào trong tận giường nằm
Thư sinh thầm ước đêm hôm ấy
Vườn của hai nhà chẳng giậu ngăn.

QUYÊN DI

HOÀNG XUÂN SƠN
VẤP

Đi lùi coi chừng vấp
Cái bóng mình phía sau
Thì thôi cứ ngồi lại
Trăm năm cổ kim sầu

Ừ thôi hòn đá của
Lăn đi lăn không rêu*
Vạt áo mềm hương tỏa
Bông sen của ngực chiều

Ban mai của hồn hậu
Dòng hoa trắng sữa chào
Mặc tôi và cố cựu
Hẻo rền một tiếng rao

Tay trơn không đường chỉ
Sao cứ va vấp đời
Còn tôi ngực sóng dội
Gọi người ơi người ơi

•

h o à n g x u â n s ơ n
11 aout 2025
* ý, nguyễn đông a

TRIỆN SON

Đi về phía em ngùi son
Sóng mũi thẳng đứng như còn duyệt binh
Chỉ duy ánh mắt vẫn tình
Vẫn đuôi răm lá vẫn hình diệp non
Xuân buồn trên đỉnh chon von
Những viên sỏi nguội những
hòn đá lăn
Vỡ hoàng một khúc ân cần
Lửa diêm phục hoạt cháy gần tâm tri
Mộc mà chi vết bóng quỳ
Sương bay trắng dã miền thi pháp người
Hội thoại chỉ còn trăng rơi
Vào khung tận tụy nuốt lời vô âm
Thì thôi suối chảy rất ngầm
Không chia sớt cũng mòn căm nỗi về.

•

h o à n g x u â n s ơ n
8.8.25
[tôi đánh mất triện son tôi
của em cũng đã thu hồi vô âm]

NGÃ PHƯƠNG HUYỀN

***

"Ảo Tưởng Đại Ngã và Tham Vọng Danh Vị: *Căn Bệnh Khó Chữa của Trí Thức Đương Đại*"

"Cảm ơn một số bạn đã yêu cầu mở ra chủ đề thú vị về căn bệnh ảo tưởng đại ngã, đặc biệt là ở những người có học vị nhưng luôn mang trong mình tham vọng vượt qua học vị để đạt danh vị. Đây là một chủ đề không chỉ đụng chạm đến những khía cạnh cá nhân mà còn liên quan đến xã hội và cách chúng ta nhìn nhận giá trị thực sự của con người."

1. Tham vọng danh vị – Nguồn gốc từ học vị

Học vị được xem là thước đo về tri thức, sự cố gắng của cá nhân trong học tập và nghiên cứu. Tuy nhiên, không phải ai có học vị cao cũng đồng nghĩa với việc có đủ đạo đức và sự hiểu biết để dẫn dắt hay cống hiến cho xã hội. Nhiều người, sau khi đạt được học vị, không tập trung phát triển sự nghiệp thực sự, mà lại chuyển hướng vào việc dùng nó làm bệ phóng cho danh vị. Đây là lúc mà tham vọng trở thành động cơ chính.

Sự tham vọng này có **hai mặt:**

- Mặt tích cực:

Là việc cá nhân có thể tiếp tục cống hiến, sử dụng học vị để phát triển xã hội, xây dựng thành tựu.

- Mặt tiêu cực:

Lại xuất phát từ sự ám ảnh về việc được công nhận và ghi nhận, từ đó dẫn đến những hành vi mưu cầu danh tiếng không dựa trên năng lực thực tế.

2. Tham vọng danh vị – Liệu có dễ đạt đư**ợc?**

Có một thực tế rằng, đạt được danh vị thông qua con đường chân chính thường không hề dễ dàng. *Một người không chỉ cần* có *học vị, mà* còn *phải* có *khả* năng ứng dụng tri thức *vào cuộc sống, mang lại giá trị thực tế*. Trong khi đó, những người chỉ chăm chăm vào danh vị dễ mắc kẹt vào vòng luẩn quẩn:

a/ *Họ có thể … đạt được thành công ngắn hạn*, nhưng về lâu dài, nếu không có đóng góp thực sự cho xã hội, danh vị đó cũng dễ bị lãng quên.

b/ *Thậm chí, có những người … sẵn sàng sử dụng các phương tiện không chính thống* - để đạt được danh vị, dẫn đến việc làm tổn hại đến uy tín cá nhân và cả cộng đồng khoa học, xã hội.

Tham vọng danh vị đôi khi trở thành một gánh nặng, đẩy người ta vào việc liên tục theo đuổi thành công giả tạo. *Danh vị trở thành một ảo tưởng không thực*, khiến con người mất đi sự khiêm tốn và chân thành trong nghiên cứu và phát triển cá nhân.

3. Sự ảo tưởng đại ngã – Căn bệnh của những người thiếu tự nhận thức.

Khi người ta đạt đến học vị nhưng không có đủ sự tự nhận thức về giới hạn và khả năng *của mình,* họ dễ rơi vào trạng thái **ảo tưởng đại ngã**. Họ tin rằng mình đã đạt đến đỉnh cao của sự thành công và xứng đáng với những danh vị vượt quá khả năng thực tế. Đây là sự *mất cân bằng giữa cái tôi* cá nhân *và nhu cầu xã hội,* gây ra nhiều hậu quả nghiêm trọng.

Căn bệnh này có thể dẫn đến sự:

- **Kiêu ngạo**, khi người ta cho rằng mình giỏi hơn mọi người, không cần học hỏi thêm.

- **Thiếu khiêm tốn**, không lắng nghe ý kiến của người khác và chỉ chăm chăm tìm cách thăng tiến cho bản thân.

-**Tạo ra một vòng xoáy giả tạo**, khi những thành tựu thực sự không còn là mục tiêu chính, mà là việc tạo dựng hình ảnh và danh tiếng cá nhân.

4. Phê phán thẳng thắn – *Sự nguy hiểm của tham vọng danh vị…*

Những cá nhân chỉ theo đuổi danh vị bằng mọi giá không chỉ làm tổn thương chính mình mà còn gây hại cho môi trường xung quanh. Họ có thể tạo ra một xã hội **“bề nổi**”, *nơi* các giá *trị thực sự của tri thức, công bằng, và nhân cách bị bóp méo. Họ là những kẻ tiêu tốn tài nguyên nhưng không cống hiến* gì *cho sự phát triển chung.*

Hơn thế nữa, sự ám ảnh về danh vị còn gây ra những hệ lụy như:

- **Gian lận học thuật,** *làm giả các kết quả nghiên cứu để đạt được danh tiếng nhanh chóng.*

- **Phát tán tri thức sai lệch**, *khi người ta không còn quan* tâm đến sự chính *xác và giá trị thực tế của những* gì họ *truyền đạt. Chính vì vậy, việc phê phán những* cá nhân *mắc phải căn bệnh ảo tưởng đại ngã và tham vọng danh vị không chỉ là trách nhiệm* cá nhân, *mà còn là một nghĩa vụ của cộng đồng để duy trì những giá trị chân thực.*

5. Kết luận – Giá trị thực sự là gì?

Danh vị hay học vị đều có giá *trị* ***nếu*** nó đi kèm với sự ***cống hiến*** và ***đóng góp thực sự.*** *Tham vọng danh vị chỉ trở thành tích cực khi* nó *là* động *lực* để cá nhân *làm việc tốt hơn, giúp* ích *cho xã hội.* **Ngược lại, khi** nó **chỉ là vỏ bọc** để **thoả mãn cái tôi,** *danh vị trở thành một cái bẫy làm mất đi giá trị thực sự của con người.*

Phê phán tham vọng danh vị là điều cần thiết để giữ cho xã hội phát triển **dựa trên những giá trị cốt lõi như tri thức, đạo đức, và sự cống hiến.**

NGÃ PHƯƠNG HUYỀN.

Danh ngôn

Chọn con đường đối lập với lối mòn và bạn gần như sẽ luôn làm tốt.

Take the course opposite to custom and you will almost a lways do well.

Jean Jacques Rousseau

(1712 – 1778) Nhà triết học thuộc trào lưu Khai sáng có ảnh hưởng lớn tới Cách mạng Pháp 1789.

NGÃ PHƯƠNG HUYỀN

TÌNH YÊU LÀ NGUYÊN LIỆU CHÍNH LÀM RA ...
RƯỢU THI CA - ***Biến độc giả thành con nghiện, khi bước vào Địa Đàng người yêu người!***

I. DẪN NHẬP — Khi trái tim làm thơ

Có một câu hỏi cũ kỹ nhưng luôn khiến chúng ta rúng động: **Tại sao con người làm thơ?**

Không ai làm thơ bằng lý trí. Thơ không đợi sự đồng thuận của logic. Thơ nảy mầm từ một chuyển động vô hình trong tim — đó là khi một ánh mắt lướt qua, một bàn tay run rẩy, hay chỉ một vệt gió lùa ngang tóc người, khiến ta không thể không viết ra điều gì đó... để giữ lấy. Và điều gì có thể khiến trái tim chuyển động dữ dội hơn tình yêu?

"Thơ là rượu cất từ trái tim yêu..."

II. TÌNH YÊU – MEN SAY CỦA THI CA

Tình yêu trong thơ không chỉ là kết đôi giữa hai cá thể. Đó là năng lượng làm kết dính vũ trụ — từ con người đến ngôn từ, từ thể xác đến linh hồn.

Thơ Việt trước 1975 có nhiều bài thơ tình kinh điển, mang dấu ấn lịch sử và cảm xúc mãnh liệt. Như **Du Tử Lê:**

"Trời hôm ấy mưa nhiều hay rất nắng / Em đi rồi phố vẫn chẳng thêm ai."

Pablo Neruda viết: *"I want to do with you what spring does with the cherry trees."*

Còn **Paul Éluard từng thốt**: *"Je suis en toi comme une mer" — "Anh ở trong em như biển cả."*

Rabindranath Tagore thì viết trong *Gitanjali*: *"Only let me make my life simple and straight, like a flute of reed for thee to fill with music."*

Thơ Thiền Nhật Bản như **Kobayashi Issa:**

"***This dewdrop world - is a dewdrop world, and yet, and yet...***" *"Thế gian sương móc — là thế gian sương móc, nhưng mà,* *nhưng mà…* "*Đây là bài haiku nổi tiếng của Kobayashi Issa, ông viết khi mất con. Ý thơ chan chứa triết lý vô thường: đời người chỉ như giọt sương mong manh, nhưng nỗi đau mất mát vẫn không dễ gì nguôi.*"

III. ĐỘC GIẢ – *KẺ NGHIỆN TRONG ĐỊA ĐÀNG NGƯỜI YÊU NGƯỜI*

Một bài thơ tình chân thực không cần **"hiểu"**, mà cần **"thấm".** Khi người đọc bắt gặp *hình bóng của mình*, *vết thương của mình,* hay cơn mộng đã từng bị bỏ rơi... họ trở thành *con nghiện tình yêu trong thơ.*

Thi sĩ không phải người truyền đạt thông tin, mà là kẻ ***gieo men cảm xúc.*** *Một câu thơ đúng thời điểm* ***có thể đánh thức một linh hồn*** *đang nguội lạnh.* Như **Paul Éluard** từng viết:

"Il n'y a pas de hasard, il n'y a que des rendez-vous."

-"Không có sự ngẫu nhiên, ***chỉ có những cuộc hẹn định mệnh."***

IV. TÌNH YÊU – CÕI CỨU ĐỘ CỦA THI CA

Trong thơ, tình yêu không chỉ là lạc thú- ***mà là một dạng "cứu chuộc"****. Nó cho phép con người được yếu đuối, được nhớ nhung, được thất bại mà không bị xét đoán. Đó là nơi* ***"người yêu người"*** *được* **làm lễ rửa tội** *bằng cảm xúc.*

Thi ca Ryokan – nhà sư Nhật Bản, minh chứng cho điều đó:

"With no desire, I sit quietly, enjoying the blossoms."

Yêu đời là cách yêu lớn nhất.

V. KẾT LUẬN – TÌNH YÊU LÀ RƯỢU THƠ KHÔNG BAO GIỜ CẠN

Khi thi sĩ còn biết yêu, thơ vẫn còn men. Khi độc giả còn biết đau, thơ tình vẫn còn đất sống. Mỗi thời đại sẽ có một ngôn ngữ yêu riêng, nhưng bản chất của rượu thi ca không đổi — nó làm con người say, để con người còn là con người.

Tình yêu là nguyên liệu chính, nhưng chỉ người thi sĩ mới đủ táo bạo để cất nó thành rượu. Và người đọc – nếu đủ can đảm để uống – sẽ được bước vào địa đàng: địa đàng của thi ca, của người yêu người.

NGÃ PHƯƠNG HUYỀN

TUỆ TRUNG
CHỨNG NHÂN MÙA THU

Ngày tôi lần đầu gặp em
có cây me già trước cổng trường
đứng ra làm chứng
bóng mát che dài con phố Nguyễn bỉnh Khiêm.

Hình như đang là giữa mùa thu
phất phơ cơn gió lạnh
vạt cỏ xanh bên lề đường buổi sáng
nhoà nhạt chút sương mù
Em trong tà áo trắng
chân nhẹ bước như một nàng bồ câu.

Để được nhìn thấy em từ cuối phố,
từ rất lâu tôi đã chờ
không biết lúc ấy tôi đang ngủ mơ
hay đang thức
qua làn kính cận mà mắt mở rất to
bóng hình em dù đã dần phai sau cửa lớp
tôi còn đứng đó ngẩn ngơ
trên mặt tôi như đang phủ một lớp bụi mờ.

Ai bảo em óng ánh như hoa hướng dương
đằm thắm không khác chi thược dược
cho tôi suốt ngày đêm ao ước
được cùng em đi hết những dặm trường
trái tim tôi càng thêm náo nức
muốn nối dài khúc tơ vương.

(Tuệ Trung tt)

Ai khiến em là thỏi nam châm
cho tôi làm cục sắt non khờ dại
lẽo đẽo theo em từ thuở trăng rằm
nửa hồn tôi bị hút mất tăm,
thì thôi cũng đành vậy
nên đôi khi không khỏi thấy bâng khuâng.

Ai vẽ cho em bờ môi cong
và mắt nhung buồn giữa một ngày mưa bão
đọc thơ tình trên mây trôi chập chùng
như con chiên ngoan đạo
đốt cháy ngọn lửa hồng
sưởi ấm cơn gió đông.

Ai tặng cho em những ngón tay ngà
tôi đã chụp được hình khi em đưa tay lên vuốt tóc
khiến tôi tơ tưởng đến một cuộc tình xa
để nghĩ rằng mình không còn cô độc (1)
trong tay em,
thánh nữ của đời ta. (2)

Khi Em cất tiếng hát,
chắc là muốn ru tôi
nhủ lòng quên đi cuộc đời nhiều buồn khổ
như sáng mùa thu có lá vàng rơi
và có những chuyện tình dang dở
đố em biết tôi đang khóc
hay đang cười?.

Ai xui tôi theo em suốt con đường về
trời không nóng mà mồ hôi nhỏ giọt
vì muốn thành cây si
nên chẳng cần biết đôi chân mình đang nặng nề
lê đôi giầy mòn gót
vừa nghĩ bài thơ tình
vừa nhìn bước em đi.

Em mắc cỡ hay em mừng vui
mà đôi má ửng hồng như mimosa chớm nở
khi tôi dại dột đến ngỏ lời
tình nguyện làm một tên vay mượn tình yêu
mang nặng nợ
hứa trả cho em suốt cuộc đời
không cần biết đầy hay vơi.

Khi chúng ta bắt đầu yêu nhau
đã có rất nhiều mùa thu đến xin làm chứng
dù thời gian có phai màu
em cũng không trốn khỏi đời tôi được đâu.

TUỆ TRUNG

(1)một tập thơ của Thanh tâm Tuyền
(2)một bản nhạc của Hoàng thanh Tâm

TRỊNH Y THƯ

Milan Kundera

Nhà văn Milan Kundera [1929-]

Ý thức của liên tục

Cha tôi sinh thời là nhạc sĩ và câu chuyện sau thường được truyền tụng về ông. Một hôm ông và vài người bạn rủ nhau ra ngồi nơi nào đó, từ chiếc máy hát dòng nhạc giao hưởng vẳng lại. Bạn ông, tất cả đều là nhạc sĩ hoặc người mê nhạc, nhận ngay đó là khúc giao hưởng thứ chín của Beethoven. Họ hỏi cha tôi, "Khúc nhạc đang chơi là khúc gì thế, ông?" Ngẫm nghĩ một lúc khá lâu ông trả lời, "Hình như là Beethoven." Mọi người trong bàn không ai bảo ai cùng phá lên cười: cha tôi không nhận ra đấy là khúc số chín ư! "Ông chắc không?" "Chắc," cha tôi trả lời, "Beethoven lúc gần cuối đời." "Làm sao ông biết đó là Beethoven lúc gần cuối đời?" Ông vạch ra một số những phong cách chuyển cung mà Beethoven lúc còn trẻ không bao giờ dùng tới.

Giai thoại trên có lẽ chỉ là câu chuyện bông phèng do kẻ tinh quái nào bịa ra, nhưng nó minh họa cho chúng ta thấy thế nào là ý thức của liên tục, một trong những dấu ấn rạch ròi hằn lên con người nằm trong phạm vi văn minh đang (hoặc đã) thuộc về chúng ta. Dưới mắt chúng ta, tất cả sự vật đều bao hàm ý nghĩa lịch sử, chúng ít nhiều là kết hợp một chuỗi lô-gíc những biến cố, những thái độ, những việc làm. Khi còn ở tuổi thiếu niên, tôi nhớ thật rõ niên đại những tác phẩm tôi ưa thích. Không thể nào nghĩ Apollinaire có thể viết *Alcools* sau *Calligrammes*, bởi nếu đó là sự thật thì ông đã là thi sĩ khác, toàn bộ thi phẩm ông đã mang ý nghĩa khác. Mỗi bức họa của Picasso tôi đều yêu thích, nhưng tôi cũng yêu cái tổng thể trong trước tác của ông, nó được hiểu như cuộc hành trình mà trong đó những thời kỳ nối tiếp nhau tôi ghi nhớ không quên. Ở nghệ thuật, câu hỏi siêu hình từ biết bao thế hệ – Chúng ta từ đâu đến? Chúng ta đang đi về đâu? – có ý nghĩa thật sáng tỏ, cụ thể, và không hẳn hoàn toàn không có câu trả lời.

Lịch sử và Giá trị

Chúng ta hãy thử tưởng tượng có nhà soạn nhạc đương đại nào đó viết bản Sô-na-ta mà nhạc thức, hòa âm cũng như giai điệu giống hệt Beethoven. Thêm nữa bản Sô-na-ta của ông thuộc hàng siêu phẩm mà giá như do chính tay Beethoven viết thì phải kể là tuyệt tác. Nhưng cho dù khúc nhạc có tuyệt diệu đến đâu chăng nữa, nếu tác giả là nhà soạn nhạc đương đại thì nó chỉ rõ làm trò cười cho thiên hạ mà thôi. Khá lắm người ta chỉ ca ngợi ông như tay nhà nghề thật khéo mô phỏng tác phẩm của kẻ khác.

Cái gì? Chúng ta thưởng thức khúc Sô-na-ta của Beethoven thì được, nhưng nếu là khúc nhạc cùng phong cách và hay bằng nhưng soạn bởi người cùng thời đại chúng ta, thì không? Phải chăng đó là đỉnh điểm của tính đạo đức giả? Nếu đúng như thế, phải chăng sự cảm nhận cái đẹp không mang thuộc tính tự phát, nó được kích động không do cảm quan cảm xúc mà do cảm quan tri thức nơi chúng ta, và bị điều kiện hóa do sự kiện chúng ta biết ngày tháng nào tác phẩm hình thành?

Đúng thế chứ không có cách nào khác hơn: ý thức lịch sử đã tiêm nhiễm, thẩm thấu quá sâu vào nhận thức nghệ thuật của chúng ta đến nỗi sự sai lầm về năm tháng này (khúc nhạc của Beethoven ra đời ngày hôm nay) sẽ ngay lập tức (không đạo đức giả tí nào) bị xem là lố bịch, giả trá, không thích đáng, thậm chí quái đản. Cảm giác cần phải có sự liên tục nơi chúng ta quá mạnh đến nỗi nó đi vào cảm nhận bất kỳ tác phẩm nghệ thuật nào.

Jan Mukarovsky, cha đẻ của mỹ học cấu trúc, năm 1932 ở

Praha viết như sau: "Chỉ có giả định của giá trị mỹ học khách quan mới đem lại ý nghĩa cho tiến hóa lịch sử của nghệ thuật." Nói cách khác: nếu không có giá trị mỹ học thì lịch sử nghệ thuật chỉ là gian nhà kho khổng lồ chất chứa những tác phẩm mà chuỗi diễn biến biên niên của chúng không mang ý nghĩa nào. Và ngược lại: chỉ trong ngữ cảnh của tiến hóa lịch sử trong nghệ thuật người ta mới nhìn ra giá trị mỹ học đó.

Nhưng giá trị mỹ học khách quan nào chúng ta có thể nói đến nếu mỗi quốc gia, mỗi thời kỳ lịch sử, mỗi khu nhóm xã hội đều có những phẩm vị riêng? Từ quan điểm xã hội, tự thân lịch sử nghệ thuật chẳng có ý nghĩa gì, nó chỉ là một bộ phận nằm trong tổng thể lịch sử xã hội, như lịch sử thời trang, đám tang, đám cưới, những cuộc tranh tài thể thao, hội hè đình đám. Đại khái ý nghĩa của tiểu thuyết được lý giải như thế trong cuốn từ điển bách khoa *Encyclopédie* (1751-72) của Diderot và d'Alembert. Tác giả từ mục, Nam tước de Jaucourt, xác nhận tiểu thuyết được truyền bá rộng rãi (gần như ai cũng đọc) và ảnh hưởng đạo đức của nó (đôi khi tốt đẹp, đôi khi độc hại) lên xã hội, nhưng chính nó lại chẳng có giá trị đặc trưng nào; hơn nữa, không thấy ông ta liệt kê tên tuổi những tiểu thuyết gia chúng ta ngày nay hâm mộ: không thấy Rabelais, không thấy Cervantes, không thấy Quevedo, không thấy Grimmelshausen, không thấy Defoe, không thấy Swift, không thấy Smollett, không thấy Lesage, không thấy Abbé Prévost; bởi đối với Nam tước de Jaucourt, chẳng thể nào xem tiểu thuyết là một nghệ thuật có đời sống độc lập, riêng biệt hoặc lịch sử được.

Rabelais và Cervantes. Sự kiện nhà biên soạn từ điển bách khoa không nhắc đến tên tuổi họ là bình thường, dễ hiểu: Rabelais chẳng bao giờ quan tâm đến chuyện ông có là tiểu thuyết gia hay không, còn Cervantes thì nghĩ ông đang viết phần kết mang tính cách trào lộng cho nền văn học viễn mơ của thời kỳ trước đó; cả hai người không ai tự xem mình là "cha đẻ" của tiểu thuyết. Chỉ có hậu thế khi nhìn lại quá trình nghệ thuật tiểu thuyết mới đánh giá và gán ghép vai trò đó lên họ. Nhưng chẳng phải bởi họ là những người viết tiểu thuyết đầu tiên (trước Cervantes đã có nhiều tiểu thuyết gia khác) mà bởi tác phẩm của họ nêu rõ rang – rõ ràng hơn bất cứ ai khác – lý do tồn tại của loại thể nghệ thuật anh hùng ca mới mẻ này; bởi đối với những kẻ thừa kế họ, những tác phẩm này biểu trưng cho những giá trị lớn lao của tiểu thuyết ở giai kỳ phôi thai; và chỉ khi nào người ta bắt đầu nhìn nhận tiểu thuyết có giá trị nào đó – giá trị đặc trưng, giá trị mỹ học – thì dòng tiểu thuyết nối tiếp mới được thừa nhận như lịch sử.

Lý thuyết Tiểu thuyết

Fielding là một trong những tiểu thuyết gia đầu tiên biết nhận thức thế nào là tính thơ trong tiểu thuyết: mười tám tập *Tom Jones*, tập nào cũng khai mở bằng một chương nói về loại thể lý thuyết tiểu thuyết nào đó (một lý thuyết nhẹ nhàng, tươi vui, bởi đó là cung cách tiểu thuyết gia đưa ra lý thuyết của mình – hắn khăng khăng ôm chặt ngôn ngữ riêng của mình, hắn xa lánh những ngôn từ khó hiểu uyên bác như xa lánh trận dịch.)

Fielding viết tác phẩm này vào năm 1749, tức hai thế kỷ sau *Gargantua* và *Pantagruel*, một thế kỷ rưỡi sau *Don Quixote*, và mặc dù có ngoảnh lại nhìn Rabelais và Cervantes, đối với ông tiểu thuyết vẫn là bộ môn nghệ thuật mới mẻ, ông tự gọi mình là "cha đẻ của lĩnh vực văn chương mới..." Cái "lĩnh vực mới" đó mới đến nỗi nó vẫn chưa có tên gọi chính thức! Hoặc giả, trong Anh ngữ nó có hai tên – *novel* và *romance* – nhưng Fielding không chịu dùng cả hai bởi, nếu dùng, cái "lĩnh vực mới" đó ngay lập tức sẽ bị tràn ngập bởi "hàng đàn hàng đống những *novel* ngớ ngẩn và *romance* kinh người," ông không muốn tiểu thuyết mình bị lẫn lộn trong đó. Do thế ông gọi nền nghệ thuật mới này bằng cụm từ tuy khá phức tạp nhưng cực kỳ chuẩn xác: "*prosai-comi-epic*." [văn-hài-hùng][1]

Ông quyết tâm đưa ra định nghĩa cho loại thể nghệ thuật này – tức xác định lý do tồn tại của nó, vạch ra cương vực của hiện thực, qua đó nó có nhiệm vụ soi sáng, tìm tòi, thấu triệt: "Bởi thế, lĩnh vực chúng ta đào xới nơi đây chẳng qua chỉ là Bản chất con người." Khẳng định này xem ra có phần vô vị, tầm thường; vào thời đó người đọc xem tiểu thuyết như những câu chuyện lý thú, giàu sức cảm hóa và giúp tiêu khiển, thế thôi chứ không có gì khác hơn; không ai ban phát cho tiểu thuyết mục đích phổ quát, chính xác và nghiêm túc như thế, một cuộc tra vấn truy tìm "bản chất con người;" không ai nâng tiểu thuyết lên một địa vị để từ đó nó có thể phản diện con người.

Trong *Tom Jones*, Fielding đột ngột cắt ngang giữa đoạn trần thuật rồi tuyên bố là ông thấy sửng sốt bởi nhân vật trong truyện có những cá tính mà nhà văn "không thể nào giải thích nổi, những điều phi lý khó hiểu nhất đi vào đầu óc sinh vật lạ lẫm phi thường kia, sinh vật gọi là con người;" thật ra, sự kinh ngạc của Fielding khi bắt gặp những điều "bất khả lý giải" kia trong "sinh vật là con người… lạ lẫm" đó lại chính là động cơ chủ yếu thúc đẩy kích thích ông viết tiểu thuyết, nó là lý do ông sáng tạo. Với Fielding "sáng tạo" là từ then chốt; ông truy nguyên nó từ tiếng gốc La-tinh – *inventio*, có nghĩa là khám phá, hoặc tìm ra. Trong lúc sáng tạo tiểu thuyết của mình tiểu thuyết gia khám phá ra bình diện "bản chất con người" mà cho đến thời điểm đó chưa ai biết hoặc vẫn bị che đậy; do đó sự sáng tạo trong tiểu thuyết là thao tác tri thức mà Fielding định nghĩa là "sự thấu suốt nhanh chóng và sắc sảo bản thể chân thật tất cả mọi đối tượng khách thể trong tư duy chúng ta." (Quả là câu văn đặc sắc: tính từ "nhanh chóng" cho thấy ông muốn nói đến tính loại đặc trưng của tri thức trong đó trực giác giữ phần chủ yếu.)

Và hình thức của lối viết "*prosai-comi-epic*" [văn-hài-hùng] là gì? "Bởi tôi là người khai phá lĩnh vực văn chương mới này, tôi có toàn quyền đặt ra bất kỳ quy tắc nào tôi muốn," Fielding tuyên bố như thế, và ông thẳng tay khước bỏ tất cả những quy luật hoặc giới hạn mà giới quan liêu văn chương hoặc "thư lại" –ông gọi các nhà phê bình văn học như thế – áp đặt lên ông; trong quan điểm của ông tiểu thuyết được định nghĩa (và tôi thấy điều này thật quan yếu) bởi lý do tồn tại của nó; bởi cương vực của hiện thực nó phải đi vào để "tìm tòi khám phá;" tuy thế, hình thức của nó vươn lên từ sự tự do không ai có thể dang tay ra ngăn trở và sự tiến hóa của nó sẽ gây kinh ngạc muôn đời.

Alonzo Quijada đáng thương

Alonzo Quijada đáng thương muốn vươn lên để trở thành hình tượng kỳ tích một khách giang hồ. Thay vào đó, chưa từng thấy trong lịch sử văn học, Cervantes làm chuyện ngược lại: ông hạ bệ hình tượng kỳ tích xuống thế giới của tản văn. "Tản văn": từ ngữ không những ám chỉ đây không phải là văn vần của thơ ca mà nó còn bảo đây là bản chất cụ thể, thường ngày, vật thể của đời sống. Do đó khi nói tiểu thuyết là nghệ thuật của tản văn thì câu nói chẳng thể nào nói hết mọi điều muốn nói; từ ngữ ám chỉ ý nghĩa sâu xa của nghệ thuật tiểu thuyết. Homer chẳng bao giờ thắc mắc răng cỏ của Achilles hay Ajax có bị hao tổn gì sau những trận đấu tay đôi khốc liệt giữa hai người. Nhưng với Don Quixote và Sancho thì hàm răng là vấn nạn phải luôn luôn quan tâm đến – đau răng, rụng răng. "Sancho, chú mày nên nhớ là không viên kim cương nào quý giá bằng cái răng của mình!"

Nhưng tản văn không hẳn chỉ là bình diện khó khăn và dung tục của đời sống, nó cũng có cái đẹp mà cho đến thời điểm đó bị lãng quên: cái đẹp của những tình cảm mộc mạc, đơn sơ, thí dụ như tình cảm thân mật gần như thân thuộc Sancho dành cho Don Quixote. Ngài hiệp sĩ mắng nhiếc Sancho hoài về thói suồng sã lắm lời của gã, ông bảo chẳng thấy sách vở nào của giới hiệp sĩ thuật chuyện kẻ tùy tùng dám ăn nói bằng giọng điệu như thế với chủ nhân. Dĩ nhiên là không: tình cảm thân thiết của Sancho là một trong những khám phá mới mẻ của Cervantes nhờ cái đẹp của tản văn: "Một đứa bé con cũng có thể thuyết phục ông giữa trưa là nửa đêm – và chính vì con tim giản dị của ông nên tôi yêu ông như chính sinh mệnh tôi, và mặc dù tính khí ông dị thường tôi chẳng bao giờ xa ông được." Sancho nói thế.

Cái chết của Don Quixote cũng sinh động hơn nhờ tản văn, nói như thế có nghĩa là mọi xúc động sướt mướt đều không có. Trước đó ông đã đọc cho viết chúc thư, và suốt ba ngày trời ông nằm chờ chết, xung quanh là những người thân yêu: tuy thế "điều đó không ngăn cô cháu gái ông tiếp tục ăn uống, lão quản gia vẫn uống rượu và Sancho vẫn vui chơi ồn ã. Vì được thừa kế món vật nào đó, vui sướng quá đã xóa hẳn hoặc làm giảm bớt nỗi đau buồn con người nợ nần cái Chết."

Don Quixote bảo Sancho, Homer và Virgil miêu tả nhân vật "bằng hình tượng cái họ phải là chứ không phải cái họ là với mục đích cho họ làm gương tốt cho những thế hệ mai sau." Ngay chính Don Quixote cũng chẳng là hình ảnh tốt cho người đời noi gương. Nhân vật trong tiểu thuyết không cần làm gương sáng cho người ta thán phục. Họ cần được hiểu, và đó là hai sự việc hoàn toàn khác biệt. Những anh hùng sử thi đi chinh phục hoặc chính họ bị chinh phục, vẫn không mất cái hào hùng vĩ đại cho đến hơi thở cuối cùng. Don Quixote bị chinh phục. Và chẳng có sự hào hùng vĩ đại nào nơi đây. Bởi ngay tức khắc chúng ta thấy sáng tỏ một điều: đời sống con người như thế là sự chiến bại. Và tất cả những gì chúng ta có thể làm được khi đối diện với sự chiến bại không thể tránh đó, cái gọi là đời sống, là cố làm sao thấu triệt nó. Đó – đó chính là lý do tồn tại của nghệ thuật tiểu thuyết.

Tính độc đoán của "truyện"

Tom Jones là cậu trai được nâng niu, cưng chiều hết mực; cậu sinh ra và trưởng thành trong ngôi nhà dưới vùng quê của nhà địa chủ Allworthy; khi còn tuổi thanh niên, cậu đem lòng yêu Sophia, cô con gái của nhà hàng xóm giàu có, và khi chuyện tình hai người bị phơi ra ánh sáng (ở đoạn cuối tập 6), kẻ thù của cậu đem chuyện ra bêu rếu tàn độc đến nỗi ông Allworthy nổi giận và tống cổ cậu ra khỏi nhà; thế là bắt đầu cuộc hành trình vô định của Tom (khiến chúng ta phải nghĩ đến loại thể tiểu thuyết "giang hồ" trong đó nhân vật chính là người cô độc, một *picaro*, và anh ta cất bước đi lang thang đây đó, mỗi chương đoạn là một cuộc kỳ ngộ với một nhân vật mới), và mãi gần đến phần kết của thiên truyện (tập 17 và 18) tác giả mới dẫn dắt chúng ta trở lại chủ đề chính của truyện: sau một loạt những phiến động mở nút, nguồn gốc bí mật của Tom phơi bày: cậu thật ra là con đẻ của người em gái ông Allworthy, và bà này qua đời từ lâu; sau cùng cậu chiến thắng mọi nghịch cảnh, và ở chương cuối của bộ tiểu thuyết, cậu thành hôn cùng Sophia yêu dấu.

Khi Fielding tuyên bố ông hoàn toàn có tự do làm chủ loại thể tiểu thuyết của mình, chủ yếu ông muốn xóa bỏ tiền lệ hời hợt biến tiểu thuyết thành một chuỗi những hành vi, thái độ, cử chỉ, từ ngữ mà người Anh gọi là "*story*" và gộp chung tất cả những điều trên thành ý nghĩa cũng như cốt lõi của cuốn tiểu thuyết; đi ngược lại quyền hạn tuyệt đối của câu chuyện, ông dành quyền xen vào giữa đoạn văn trần thuật "bất kỳ khi nào tôi có cơ hội," với những ý tưởng và lời bàn của riêng ông – nói tóm lại, ông lạc đề. Tuy nhiên ông vẫn dựng truyện như thể nó là phương tiện duy nhất khả dĩ đảm bảo tính xuyên suốt trong sáng tác, để thắt buộc đầu và cuối tác phẩm vào nhau. Bởi thế ông đóng bộ truyện *Tom Jones* (mặc dù có thể trên môi ông nở nụ cười châm biếm bí mật) với hồi chuông lễ cưới cho ra vẻ "có hậu."

Nhìn từ viễn cảnh này, cuốn *Tristram Shandy*, ra đời mười lăm năm sau đó, có thể được xem là tác phẩm cấp tiến đầu tiên với chủ đích hạ bệ toàn diện "câu chuyện." Trong khi Fielding, để tránh né sự nghẹt thở bên trong hành lang dài một chuỗi những biến cố liên tục, đã mở tung cánh cửa sổ để bay nhảy ra khỏi các phân cảnh cùng khắp thì Sterne hoàn toàn khước bỏ cốt truyện; tiểu thuyết của ông chỉ là cuốn sách lạc đề gấp nhiều lần, một chuỗi dài những biến cố mà tính "xuyên suốt" của nó – cố tình làm ra vẻ mong manh, mong manh đến độ khôi hài – được xâu vào nhau bởi vài ba nhân vật kỳ dị với những hành vi chẳng đâu vào đâu, buồn cười và nhặt nhãnh.

Người ta thường hay so sánh Sterne với những tác phẩm cách tân lớn của thế kỷ hai mươi; lý do là rất xác đáng, ngoại trừ Sterne không phải là *poète maudit*; ông được số đông độc giả ca ngợi và mến mộ; ông đạt mục tiêu của mình với nụ cười trên môi, với tiếng cười ha hả phá lên sau khi toại nguyện. Không ai gọi ông là người viết hũ nút, khó hiểu; nếu ông có gây sự khó chịu nào đó thì chẳng qua đó chỉ là cái khinh phù, cái phù phiếm lăng nhăng, và thậm chí cái tầm thường vọng động trong những đề tài ông viết mà thôi.

Kẻ phàn nàn về những điều "tầm thường vô bổ" đó là kẻ dùng chữ nghĩa rất đúng. Nhưng chúng ta đừng quên câu nói của Fielding: "Bởi thế, lĩnh vực chúng ta đào xới nơi đây chẳng qua chỉ là *Bản chất con người*." Nhưng phải chăng hành vi mang kịch tính nhất lại là công cụ tốt nhất để thấu triệt bản chất con người? Thật ra thì không hẳn thế, đúng hơn, phải chăng nó là bức tường che chắn bao phủ đời sống, không cho chúng ta nhìn thấu bên trong nó thật sự là gì? Cái "tầm thường vô bổ" phải chăng là một trong những vấn nạn lớn nhất của chúng ta? Phải chăng nó là định mệnh? Và nếu quả như vậy, định mệnh đó là tương lai tốt hay xấu cho chúng ta? Nó là sự nhục nhã của chúng ta hoặc, ở mặt khác, là niềm an ủi, là lối thoát, nơi chốn trú ẩn lánh nạn của chúng ta?

Đây là những câu hỏi tình cờ nhưng đầy kích động. Chính vở kịch nghiêm chỉnh nằm bên trong tác phẩm *Tristram Shandy* đã tạo sự thuận lợi cho những câu hỏi này. Trong nghệ thuật tiểu thuyết, không thể tách rời những khám phá hiện sinh ra khỏi sự chuyển hóa của hình thức được.

Đi tìm thời hiện tại

Don Quixote nằm chờ chết, tuy thế "điều đó không ngăn cô cháu gái ông tiếp tục ăn uống, lão quản gia vẫn uống rượu và Sancho vẫn vui chơi ồn ã." Trong khoảnh khắc, câu văn đó hé mở bức màn che đậy lời văn của đời sống. Nhưng chúng ta thử suy xét lời văn kỹ lưỡng hơn xem sao? Qua chi tiết? Từng lúc một? Sự vui chơi ồn ã của Sancho diễn tả chính nó như thế nào? Gã có phải là kẻ lắm lời? Gã đang chuyện trò với hai người đàn bà cùng lúc? Về cái gì? Suốt thời gian đó gã có túc trực bên cạnh ông chủ mình không?

Theo định nghĩa, trần thuật là miêu tả cái gì xảy ra. Nhưng mỗi biến cố nho nhỏ, khi đã trở thành quá khứ, mất đi bản chất cụ thể của nó và biến thành nét phác thảo. Trần thuật có nghĩa là tìm về hồi ức và bởi thế nó là tổng kết, đơn giản hóa, một toát yếu. Gương mặt thật của đời sống, của văn chương đời sống, vì thế chỉ có thể tìm thấy ở thời hiện tại. Nhưng làm thế nào để tái dựng những biến cố quá khứ và trả lại chúng cái hiện tại chúng đánh mất? Nghệ thuật tiểu thuyết tìm ra giải pháp: giới thiệu thời quá khứ như những hồi cảnh. Mỗi hồi cảnh, kể cả những đoạn viết bằng quy phạm thì quá khứ, bản thể đều là thời hiện tại: chúng ta nhìn và nghe thấy chúng; chúng mở ra trước mắt chúng ta ngay tại nơi đây, vào chính lúc này.

Khi đọc Fielding, người đọc của ông trở thành "thính giả" và họ để hết tâm trí theo dõi câu chuyện kể bởi con người tài năng tuyệt luân đó. Balzac, khoảng tám mươi năm sau, biến người đọc của ông thành "khán giả," họ nhìn lên màn ảnh (như màn ảnh chiếu phim) trên đó qua sự màu nhiệm của ngòi bút ông, người đọc không thể nào rời mắt khỏi những cảnh tượng ông phối dựng.

Fielding không kể những chuyện hoang đường không ai tin; tuy thế cái nửa tin nửa ngờ trong truyện là cái ông quan tâm đến ít nhất; ông muốn lôi cuốn người đọc không phải qua ảo giác của hiện thực mà là cái huyền diệu mê hoặc của truyện kể, những quan sát kỳ thú bất ngờ, những tình huống kinh ngạc do ông tạo nên. Nhưng sau đó, khi cái nhiệm màu của tiểu thuyết đến nằm bên dưới sự chiêu gọi nghe và nhìn của cảnh tượng thì cái nửa tin nửa ngờ trở nên có quyền uy tối thượng, nó là điều kiện thiết yếu khiến người đọc tin vào điều hắn đang nhìn thấy.

Fielding không mấy bận tâm đến đời sống thường ngày (ông không thể nào tin chính cái tầm thường kia có ngày trở nên đề tài lớn của tiểu thuyết); ông không giả cách lắp đặt cái máy vi âm vào ý nghĩ chạy qua đầu những nhân vật của ông (ông quan sát họ từ phía ngoài và phụ chú bằng những giả thuyết sáng suốt, thường là trào lộng, về tâm lý họ); ông không thích miêu tả và ông chẳng bao giờ phí thời gian miêu tả ngoại hình những nhân vật chính (bạn sẽ không bao giờ biết màu mắt của Tom) hoặc bối cảnh lịch sử của cuốn sách; lời trần thuật của ông vui sướng lướt trên những cảnh tượng trong đó ông chỉ ném vào vài mảnh vụn ông thấy thật cần thiết cho dụng ý làm sáng tỏ câu chuyện và ý tưởng đang diễn đạt; thành phố London nơi định mệnh của Tom đang mở ra trông giống cái vòng tròn nhỏ trên bản đồ nhiều hơn là khu thị tứ đông đúc cư dân: đường phố, công trường, dinh thự chẳng bao giờ thấy ông miêu tả, thậm chí cái tên cũng không có.

Bước sang thế kỷ mười chín sau nhiều thập kỷ bị tàn phá dữ dội, thời gian một lần nữa từ trên xuống dưới thay đổi toàn thể diện mạo châu Âu. Bởi thế có sự biến đổi vĩnh viễn trong bản thể hiện hữu của con người. Lịch sử biến thành trải nghiệm của mỗi con người; con người bắt đầu hiểu ra hắn sẽ không chết trong cùng thế giới hắn sinh ra; tiếng chuông Lịch sử bắt đầu gióng lên mỗi lúc mỗi to, khắp mọi nơi, thậm chí bên trong tiểu thuyết, tiểu thuyết bây giờ phải có thời gian ngày tháng. Hình dạng mỗi món vật dù bé nhỏ đến đâu – mỗi cái ghế ngồi, mỗi cái váy – đều bị đóng dấu bởi sự biến mất cấp kỳ của nó (thay đổi diện mạo.) Kỷ nguyên của miêu tả khởi đầu. (Miêu tả: lòng mê say cái phù vân ngắn hạn, muốn cứu vớt cái tan rã vô hằng.) Paris của Balzac không giống London của Fielding; các công trường đều mang tên, nhà cửa có màu sắc, đường phố đầy mùi vị và âm thanh: đó là Paris của một khoảnh khắc đặc trưng nào đó, một Paris trước và sau đó không bao giờ hiện hữu. Và mỗi cảnh tượng trong cuốn sách đều bị đóng dấu (cho dù chỉ là hình dạng chiếc ghế ngồi hay đường kim mũi chỉ bộ áo vét) bởi Lịch sử. Lịch sử từ bóng tối bước ra, nó không bao giờ ngơi nghỉ mà ngày này sang ngày khác cứ thế cần mẫn đục đẽo diện mạo của thế giới này.

Một chòm sao mới lấp lánh trên bầu trời nhìn xuống con đường cao rộng tiểu thuyết đang đi vào thế kỷ lớn, thế kỷ của quảng bá, của quyền năng; "ý tưởng tiểu thuyết là gì" trở nên trọng đại và nó chế ngự nghệ thuật tiểu thuyết mãi đến thời của Flaubert, Tolstoy, Proust; nó che mờ khiến tiểu thuyết viết từ các thế kỷ trước chỉ còn ló dạng một nửa (một chi tiết khá kinh ngạc: Zola không bao giờ đọc *Những quan hệ ái tình nguy hiểm*) và bất kỳ biến đổi nào trong tương lai cũng gặp phải khó khăn.

Những ý nghĩa phức hợp của từ "Lịch sử"

"Lịch sử Đức quốc," "Lịch sử Pháp quốc": hai cụm từ khác nhau nhưng ý niệm của từ "lịch sử" thì không khác biệt. "Lịch sử loài người," "Lịch sử nền công kỹ nghệ," "Lịch sử khoa học," "Lịch sử nghệ thuật này nghệ thuật nọ": ý nghĩa mỗi cụm từ đều khác nhau, thậm chí từ "lịch sử" trong mỗi trường hợp cũng hàm chứa một ý nghĩa khác.

Bác sĩ A phát minh ra phương pháp trị liệu tài tình chữa trị căn bệnh nào đó. Nhưng mười năm sau bác sĩ B đưa ra phương pháp khác, hữu hiệu hơn, và phương pháp cũ của bác sĩ A (mặc dù rất tinh diệu lúc đó) bị dẹp bỏ và người ta quên nó ngay. Lịch sử khoa học có bản chất của sự tiến bộ.

Áp dụng điều này vào nghệ thuật, ý niệm của lịch sử chẳng dính dáng gì đến sự tiến bộ; nó không ám chỉ sự cải thiện, tu bổ, hoặc hướng thượng; nó giống cuộc hành trình đi khai phá và vẽ họa đồ cho những miền đất mới. Tham vọng của tiểu thuyết gia không phải thực hiện cái gì tốt đẹp hơn các bậc đàn anh tiền bối mà là nhìn ra những gì họ chưa nhìn thấy hoặc nói những điều họ chưa nói ra. Tính thơ của Flaubert không làm suy suyển giá trị của Balzac, cũng như kẻ khám phá Bắc Cực không khiến cuộc mạo hiểm tìm ra châu Mỹ trôi vào quên lãng.

Lịch sử công kỹ nghệ ít tùy thuộc vào con người và tự do của hắn; nó tuân thủ quy luật lô-gíc của riêng nó, nó có một con đường duy nhất; ở ý nghĩa này, nó mang tính vô nhân; nếu Edison không phát minh ra bóng đèn điện, sẽ có người khác làm. Nhưng nếu Laurence Sterne không có ý đồ hoang dại viết cuốn tiểu thuyết không "cốt truyện" thì chẳng ai là người thay thế ông làm công việc đó và lịch sử tiểu thuyết không còn là lịch sử như chúng ta biết nữa.

"Lịch sử văn học, không giống các lịch sử khác, chỉ nên liệt kê các chiến thắng, bởi có ai lợi lộc gì với các chiến bại đâu." Dòng chữ tuyệt luân của Julien Gracq vạch ra cho thấy lịch sử văn học "không giống bất kỳ lịch sử nào khác," nó không phải lịch sử những biến cố mà là lịch sử những giá trị. Nếu không kể trận Waterloo, lịch sử nước Pháp chắc chắn là thiếu sót. Nhưng những Waterloo của các nhà văn lớn nhỏ nằm yên trong quên lãng chứ không nơi nào khác.

"Lịch sử như thế," lịch sử loài người là lịch sử những sự việc không tồn tại nữa và không trực tiếp can dự vào đời sống chúng ta. Lịch sử nghệ thuật, bởi là lịch sử của giá trị, của những điều thiết yếu cho chúng ta, luôn luôn hiện hữu, luôn luôn có mặt cùng chúng ta; chúng ta nghe Monteverdi và Stravinsky trong cùng một buổi hòa nhạc.

Và bởi chúng luôn luôn có mặt cùng chúng ta, giá trị những công trình nghệ thuật thường bị thách đố, bị đánh giá đi đánh giá lại nhiều lần. Nhưng làm thế nào để đánh giá nghệ thuật bởi ở bình diện nghệ thuật không hề có chỉ tiêu chuẩn xác nào cho sự đánh giá? Mọi phê phán thẩm mỹ đều là đánh cược cá nhân;

nhưng đánh cược mà không đóng chặt cánh cửa khư khư giữ cho riêng nó những ý niệm chủ quan; điều đó đưa đến những phê phán khác, tìm kiếm sự đồng thuận, muốn được khách quan. Trong ý thức tập thể, lịch sử tiểu thuyết suốt từ thời Rabelais cho đến thời của chính chúng ta, do đó, luôn ở trong trạng thái biến thể, diện mạo nó bị vo tròn bóp méo bởi những thẩm định đúng đắn lẫn sai lầm, bởi trí thông minh tài giỏi lẫn lòng ngu dốt thiển cận, và trên hết bởi sự lãng quên, sự lãng quên của người đời, nó chẳng bao giờ ngưng mở rộng cái nghĩa trang nơi, bên cạnh những cái vô giá trị, nằm yên nghỉ không biết bao nhiêu giá trị khác bị đánh giá thấp, không ai công nhận, hoặc bị bỏ quên. Sự thiếu công bằng không sao tránh khỏi này đã khiến lịch sử nghệ thuật mang nặng tính người.

Cái đẹp của đời sống đột nhiên chật cứng

Trong tiểu thuyết của Dostoyevsky, cái đồng hồ liên tục điểm giờ: "Khoảng chín giờ sáng hôm đó" là câu mở đầu tác phẩm *Gã khờ*; tại thời điểm đó, hoàn toàn do tình cờ (vâng, cuốn tiểu thuyết bắt đầu với một tình cờ to lớn!) ba nhân vật trước đây chưa từng gặp nhau bao giờ ngồi cùng toa tàu: Mishkin, Rogozhin và Lebedev; cuộc nói chuyện tay ba chẳng bao lâu chuyển sang một người nữ, nhân vật chính của truyện, Nastasya Filippovna. Mười một giờ, Mishkin đến gõ cửa nhà tướng Epanchin; mười một giờ rưỡi, gã ngồi dùng bữa với bà vợ ông tướng và ba cô con gái của họ; Nastasya Filippovna xuất hiện lần nữa trong câu chuyện trên bàn ăn; chúng ta biết thêm có người nào đó tên Totsky đang cố mai mối cô cho anh chàng tên Ganya, bí thư của tướng Epanchin; và trong buổi tiệc mừng sinh nhật thứ hai mươi lăm của cô tối nay, cô sẽ tuyên bố quyết định của mình. Sau bữa trưa, Ganya đưa Mishkin về nhà anh; bỗng nhiên hoàn toàn bất ngờ, Nastasya Filippovna bước vào cửa và khoảnh khắc sau đó (mỗi tình huống đều được chấm phá bởi sự xuất hiện bất ngờ của một nhân vật), Rogozhin ló mặt vào, say khướt, tháp tùng bởi những gã say khác. Bữa tiệc sinh nhật của Nastasya tối hôm đó thật náo nhiệt: Totsky kiên nhẫn chờ đợi cô nói một lời về quyết định hôn nhân của cô, cả hai người Mishkin lẫn Rogozhin đều tỏ tình với cô, và Rogozhin trao vào tay cô gói bạc cả trăm triệu rúp mà cô thẳng tay ném vào lò sưởi. Bữa tiệc chấm dứt lúc nửa đêm và phần một của tác phẩm bốn phần cũng chấm dứt theo: trên dưới 250 trang giấy, mười lăm giờ đồng hồ trong ngày và vỏn vẹn bốn khung cảnh – trên tàu hỏa, nhà của Epanchin, căn hộ của Ganya, và căn hộ của Nastasya.

Cho đến thời điểm đó, sự cô đọng đến đặc quánh những biến cố trong khoảng không thời gian như thế chỉ thấy trên sân khấu kịch. Đằng sau tính kịch hóa thậm xưng của động tác (Ganya tát vào mặt Mishkin, Varya nhổ lên mặt Ganya, Rogozhin và Mishkin cùng lúc tỏ tình với một người đàn bà), mọi bình diện thông thường của đời sống biến mất. Đây là tính thơ trong tiểu thuyết của Scott, của Balzac, của Dostoyevsky: tiểu thuyết gia muốn nói tất cả qua cảnh tượng, nhưng diễn tả cảnh tượng chiếm quá nhiều không gian; yêu cầu duy trì tính căng thẳng đưa đến tình trạng động tác đầy rẫy, và bởi thế nảy sinh nghịch lý: tiểu thuyết gia muốn nắm giữ tất cả tính khả tín của văn chương đời sống, nhưng cảnh tượng trở nên quá đậm đặc với biến cố, tràn ngập bởi những tình cờ, đến nỗi nó mất cả tính văn xuôi lẫn khả tín.

Nhưng với tôi kịch hóa cảnh tượng không hẳn chỉ là cái thiết yếu ở mặt kỹ năng, lại càng không phải nhược điểm. Bởi những biến cố chồng chất lên nhau như thế, với tất cả những ngoại lệ hay chỉ có thể tin được một chút, đều thú vị không gì sánh được! Khi chuyện đó xảy ra trong đời sống chính chúng ta – ai là người có thể phủ nhận được? – nó khiến một cảm giác kỳ diệu tràn ngập tâm khảm chúng ta! Chúng ta vui sướng! Không thể nào quên được! Những cảnh tượng trong tiểu thuyết của Balzac hoặc Dostoyevsky (nhà văn cuối cùng nối nghiệp Balzac ở thể loại tiểu thuyết này) đều phản ánh cái đẹp thật đặc trưng – cái đẹp vô cùng hiếm hoi, vâng, nhưng dẫu thế nó rất thật, và là cái đẹp ai cũng đã từng chiêm nghiệm, hoặc chí ít lướt qua một lần, trong đời sống mình.

Điều này khiến tôi nhớ lại thời tôi còn trẻ sống ở Bohemia[2] phóng đãng: bạn bè tôi hay tuyên bố là không có gì trên đời tuyệt thú cho bằng làm tình với ba người đàn bà khác nhau trong cùng một ngày. Không phải trò cuồng dâm máy móc mà là kết quả của những cuộc phiêu lưu ái tình chớp nhoáng đầy bất ngờ và thú vị. "Ngày ba," ba lần với ba người đàn bà – chuyện cực kỳ hiếm hoi, như giấc mơ – nhưng nó có nét quyến rũ chói ngời; ngày nay tôi nhìn nó không hẳn chỉ là khả năng giao hoan vô địch nào đó mà là cái đẹp sử thi của những cuộc hẹn hò liên tiếp, trong đó mỗi người đàn bà hiện lên phía trước hậu cảnh của người trước dường như càng làm tăng thêm vẻ độc đáo bất ngờ, thân xác ba người như ba nốt nhạc dài tấu lên bởi ba nhạc cụ khác nhau và dính kết vào nhau bởi hợp âm duy nhất. Thật là cái đẹp đặc trưng, cái đẹp của đời sống đột nhiên chặt cứng.

Quyền năng của cái vô vị

Năm 1879 trong ấn bản thứ nhì của cuốn *Nền giáo dục tình cảm* (lần thứ nhất in năm 1869), Flaubert thay đổi cách xuống hàng: ông không bao giờ cắt đoạn văn thành nhiều đoạn ngắn nữa, mà thường nối chúng thành đoạn dài hơn. Điều này dường như cho tôi thấy chủ ý thẩm mỹ sâu sắc của ông: giải kịch hóa tiểu thuyết, tức là lấy đi tính kịch của nó ("Cái gì Balzac làm, làm ngược lại"); bao bọc các hành vi, cử chỉ, cách ứng xử bên trong một tổng thể rộng lớn hơn; hòa tan cho chúng trôi theo dòng nước của cái thường ngày.

Cái thường ngày. Không hẳn nó chỉ là cái buồn phiền khó chịu, cái vu vơ, cái lặp đi lặp lại, cái tầm thường bông lông; nó cũng là cái đẹp nữa; thí dụ, sự êm đẹp huyễn hoặc trong bầu khí quyển mà ai cũng từng cảm nhận trong cuộc sống mình: tiếng nhạc văng vẳng vọng sang từ căn hộ bên cạnh; tiếng mặt kính cửa sổ bị gió mạnh đập lên; giọng nói đều đều của vị giáo sư trong lớp học có cô nữ sinh đang nặng lòng yêu đương ngồi nghe mà chẳng thu nhận được gì; những tình huống tầm thường này đóng tem lên một biến cố riêng tư nào đó với cái dị kỳ độc đáo, không ai bắt chước được, và nhờ đó biến cố mang dấu ấn ngày tháng và chẳng bao giờ bị lãng quên.

Nhưng Flaubert còn dấn thêm bước nữa khi ông truy xét cái tầm thường vô vị của đời sống hằng ngày. Mười một giờ sáng, Emma đến điểm hẹn bên trong một giáo đường, không nói không rằng nàng trao cho Léon, lúc đó vẫn là người tình cao thượng của nàng, lá thư nói nàng muốn chấm dứt ngay những cuộc hẹn hò này. Đoạn nàng bỏ ra chỗ khác, quỳ gối, và bắt đầu cầu nguyện; lúc nàng đứng lên nhân viên hướng dẫn nhà thờ tiến lại gần và tình nguyện đưa hai người đi tham quan ngôi thánh đường. Để phá vỡ cuộc hẹn, Emma đồng ý, thế là hai người bị kéo đi, lúc thì dừng chân bên cạnh ngôi mộ nào đó, lúc thì nhìn lên bức tượng người ngựa một nhân vật đã chết, rồi cứ thế hết ngôi mộ này đến bức tượng kia, tai nghe lời thuyết minh của người hướng dẫn mà Flaubert thuật lại với tất cả sự phi lý điên khùng và chán ngán. Đùng đùng lên cơn giận, không thể nào chịu đựng nổi nữa, Léon cắt ngang buổi tham quan, lôi Emma ra trước cửa

nhà thờ, vẫy tay gọi xe ngựa, và từ đó bắt đầu cảnh tượng mà chúng ta đều biết, bên trong chiếc xe ngựa tất cả những gì chúng ta trông thấy hoặc nghe thấy chỉ còn là giọng nói lúc được lúc không của người đàn ông ra lệnh cho người xà ích quành xe vào một đoạn đường mới khiến cuộc hành trình đi mãi vào vô tận để cuộc mây mưa bên trong xe không bao giờ chấm dứt.

Một trong những cảnh tượng dâm thơ nhất trong văn chương lại khởi đầu bằng cái tầm thường vô vị nhất: một kẻ nhàm chán lải nhải những lời dai, dài và dở. Trên sân khấu kịch một tiết kịch hay chỉ có thể nảy ra từ một tiết hay khác. Chỉ có tiểu thuyết mới có tính năng hiển lộ năng lực vô biên, kỳ bí của cái vô vị, không đâu vào đâu.

Nét đẹp của cái chết

Tại sao Anna Kerenina tự kết liễu đời mình? Câu trả lời có vẻ khá rõ ràng: một thời gian dài những người thân trong thế giới nàng quay lưng lại nàng; nàng rất khổ tâm vì phải sống xa đứa con trai, Seryozha; ngay cả nếu Vronsky vẫn yêu thương nàng, nàng hãi sợ tình yêu đó; tình yêu khiến nàng kiệt lực, tâm tư nàng sôi sục quá độ; nàng ghen tuông một cách không lành mạnh (và không đúng chút nào); nàng cảm thấy như bị kẹt trong bẫy. Vâng, tất cả những điều đó đều rõ ràng; nhưng liệu một con người bị kẹt bẫy chẳng sớm thì muộn sẽ chọn cái chết cho chính mình? Rất nhiều người tìm cách thích ứng với đời sống trong bẫy! Ngay cả nếu chúng ta hiểu ra chiều sâu nỗi khổ của nàng, cái chết của Anna vẫn là bí ẩn, khó lòng giải thích tận tường.

Khi Oedipus khám phá ra sự thật kinh hoàng về lai lịch mình, khi thấy Jocasta treo cổ, chàng tự móc hai mắt; từ thời điểm chàng ra đời, định mệnh đã an bài với sự chắc nịch của toán học đưa đẩy chàng đến kết cuộc bi thảm này. Nhưng không có biến cố khác thường nào xảy ra khi Anna, trong phần bảy của cuốn tiểu thuyết, lần đầu nghĩ đến cái chết như một khả thể. Hôm đó là ngày thứ sáu, hai ngày trước khi chết; với cơn bão lòng sau vụ cãi cọ với Vronsky, thốt nhiên nàng chạnh nhớ đến những điều nàng nói nhiều năm trước đây, trong sôi nổi, một thời gian sau khi nàng hạ sinh đứa con gái: “Làm thế nào mình vẫn chưa chết nhỉ?” và giờ đây nàng u uất mãi với ý tưởng này. (Hãy ghi nhận: đây không phải Anna đang đi tìm lối thoát ra khỏi cái bẫy, qua lô-gíc nảy ra ý nghĩ về sự chết; mà chính hồi ức nàng đã tinh vi thầm thì bên tai nàng.)

Hôm sau, ngày thứ bảy, lần thứ hai nàng nghĩ đến cái chết: nàng nghĩ “để trừng phạt Vronsky, để chiếm lại tình yêu của chàng, chỉ còn có cách quyên sinh.” (Do đó, quyên sinh không phải đào thoát ra khỏi cái bẫy mà là trả thù tình ái); nàng phải uống một liều thuốc ngủ và trong lúc mơ màng nàng thấy nàng như mất hút trong cái chết của chính mình; nàng tưởng tượng Vronsky đứng nghiêng mình trên xác chết nàng trong nỗi đau khổ vô biên; thế rồi, chợt nhận ra cái chết của mình chỉ là cơn mê loạn, nàng đột nhiên cảm thấy nỗi vui sướng của đời sống ùa lên: “Không, không, chuyện gì cũng được ngoại trừ cái chết! Mình yêu chàng, chàng cũng yêu mình, trước đây chúng mình đã từng trải qua biết bao đau khổ cực kỳ như vầy và chúng mình sẽ cố gắng dàn xếp mọi chuyện cho ổn thoả thôi.”

Hôm sau, ngày Chủ nhật, là ngày nàng chết. Sáng ra, một lần nữa, họ lại xào xáo, và Vronsky vừa ra khỏi nhà đi thăm mẹ sinh sống trong ngôi biệt thự ngoại thành Maskva thì Anna đã gửi ngay cho chàng lá thư: "Em thật sai lầm; anh hãy trở về nhà, chúng mình phải nói chuyện. Nhân danh Đức Chúa trên trời, anh hãy trở về – em sợ lắm!" Rồi nàng quyết định đi thăm Dolly, chị dâu nàng, để tâm sự về nỗi khổ của mình. Nàng trèo lên xe ngựa, ngả người vào ghế, và để mặc cho các ý tưởng cứ thế tuôn chảy trong đầu. Đây không phải những suy nghĩ hợp lý, nó là thao tác tự do không vướng bận của khối óc, qua đó mọi thứ cùng lúc rối nùi vào nhau – những mảng suy nghĩ rời, hồi ức, nhận xét. Một chiếc xe đang chạy là phương tiện lý tưởng cho lối độc thoại trong câm lặng này; thế giới bên ngoài tuần tự chạy giật lùi trong mắt là nguồn tiếp tế bất tận cho ý tưởng: "Văn phòng, cửa hàng, nha sĩ. Vâng, mình sẽ kể cho Dolly nghe tất cả. Khó khăn lắm chứ chẳng dễ dàng chút nào đâu nhưng mình sẽ kể hết, mình sẽ làm được."

(Stendhal thường hay cắt ngang giữa một cảnh tượng; chúng ta không nghe đối thoại nữa mà bắt đầu theo dõi ý nghĩ bí mật của một nhân vật; đây luôn luôn là lề lối tư duy hợp lý và cô đọng, qua đó Stendhal phơi bày cho chúng ta thấy phương cách nhân vật của ông thẩm định tình huống và quyết định đối phó ra sao. Độc thoại nội tâm của Anna, mặt khác, không hề lô-gíc chút nào, thậm chí nó cũng chẳng phải là những nghĩ suy, nó là cơn lũ, tất cả mọi thứ tuôn qua đầu nàng ở một thời khắc nào đó. Tại đây cái gì Tolstoy làm, năm mươi năm sau, Joyce làm lại, một cách có hệ thống hơn nhiều, trong cuốn *Ulysses* – cái gọi là "độc thoại nội tâm" hoặc "dòng ý thức." Cả Tolstoy lẫn Joyce đều có chung một nỗi ám ảnh: chụp bắt cái xảy

ra bên trong đầu một con người ở thời khắc hiện tại mà chỉ một lúc sau đã hoàn toàn mất hút. Nhưng có sự khác biệt giữa hai nhà văn: với độc thoại nội tâm, Tolstoy không truy xét cái tầm thường tẻ nhạt của đời sống ngày thường, như Joyce làm sau đó, mà thay vào đó là những giây phút quyết định vận mệnh đời sống nhân vật nữ của ông. Điều này khó khăn hơn nhiều, bởi tình huống càng bi thương, càng bất thường, càng trầm trọng, người miêu tả nó càng có xu hướng tiết giảm những tính chất cụ thể của nó, càng gạt bỏ văn chương phi lô-gíc, càng muốn thay thế cái lô-gíc tàn bạo và giản dị của tấn bi kịch. Cuộc truy xét văn chương một vụ quyên sinh của Tolstoy, bởi thế, là một thành tựu lớn lao, một "khám phá" vô tiền khoáng hậu trong lịch sử tiểu thuyết.) Đến nhà Dolly, nhưng Anna không tài nào thổ lộ với Dolly được điều gì. Nàng kiếu từ Dolly ngay, đoạn lại chui vào xe ngựa ra về; đợt độc thoại nội tâm thứ hai diễn ra: cảnh tượng trên đường sá, những nhận xét, liên tưởng. Về nhà, nàng thấy bức điện văn của Vronsky nói chàng ở nhà mẹ đến mười giờ tối mới về. Sau trận than khóc đầy xúc cảm hồi sáng ("Nhân danh Đức Chúa trên trời, anh hãy trở về – em sợ lắm!"), nàng hy vọng sẽ nhận được hồi âm cũng xúc cảm không kém từ Vronsky và, bởi không biết Vronsky chưa nhận được thư nàng, nàng cảm thấy như bị thương tổn nặng nề; nàng quyết định ra đón tàu đi gặp Vronsky; một lần nữa nàng lại ngồi trong xe ngựa và chúng ta nghe đợt độc thoại nội tâm thứ ba: cảnh tượng trên đường sá, người đàn bà ăn xin đang ôm trên tay đứa bé. "Làm sao bà ấy tưởng tượng được lòng thương hại của kẻ khác? Có phải tất cả chúng ta đều bị ném ra trên cõi đời này chỉ để thù ghét và làm khổ nhau đấy ư?... Ôi, những đứa trẻ học trò đang chơi đùa quanh đây... Seryozha bé bỏng của mẹ!"

Từ xe ngựa nàng bước lên toa tàu tìm chỗ ngồi; đến đây một yếu tố mới xuất hiện: cái xấu xí; từ cửa sổ toa tàu, nàng trông thấy người đàn bà với một thân thể "méo mó dị dạng" đang tất tả chạy trên sân ga; "trong óc nàng, nàng hình dung ra người đàn bà không mặc y phục trên người và nàng chợt rùng mình kinh hãi với cái xấu của bà ta." Theo sau người đàn bà là đứa gái nhỏ, "tiếng cười của nó nghe sao giả dối, khoa trương thái quá." Một gã đàn ông xuất hiện, "trên đầu gã đội chiếc mũ nhà binh trông cực kỳ dơ bẩn và xấu xí." Sau cùng một cặp vợ chồng ngồi vào băng ghế đối diện nàng; "nàng thấy ghê tởm phải ngồi chung với họ"; người đàn ông đang nói "những điều xằng bậy với người vợ." Tất cả những ý tưởng hợp lý theo nhau biến mất trong đầu óc nàng; tri giác cảm nhận cái đẹp trong lòng nàng biến thành sự nhạy cảm thái quá; nửa giờ trước đây nàng muốn từ giã cái thế giới mà nàng thấy cái đẹp cũng đang giã từ.

Đoàn tàu dừng lại và nàng bước xuống sân ga. Tại đây nàng lại nhận được lá thư khác của Vronsky báo tin chàng chắc chắn sẽ về nhà lúc mười giờ tối. Nàng tiếp tục đi giữa đám đông, tứ phía nàng thấy chỗ nào cũng thô bỉ, gớm ghiếc, dung tục. Một đoàn tàu chở hàng đang lăn bánh vào ga. Đột nhiên nàng "chợt nhớ đến người đàn ông bị nghiến nát dưới bánh xe hỏa hôm nàng gặp Vronsky lần đầu, và nàng hiểu nàng phải làm gì." Đến thời điểm này nàng mới nhất quyết từ giã cõi đời.

("Người đàn ông bị nghiến nát" hiện ra trong trí nhớ nàng là một nhân viên đường sắt, ông ta sẩy chân ngã và bị tàu cán chết hôm nàng gặp Vronsky lần đầu. Điều này có ý nghĩa gì? cái đối xứng, sự đóng khung trọn vẹn chuyện tình của nàng bởi một mô-típ hai cái chết tại trạm ga xe hỏa? Phải chăng nó là sự sắp đặt đầy tính thơ của Tolstoy? Phải chăng nó là cách thế ông nghịch ngợm với các biểu tượng?

Chúng ta hãy trở lại xem xét tình huống đó thêm lần nữa: Anna ra trạm ga để đi gặp Vronsky chứ không phải để quyên sinh; khi đứng trên sân ga, đột nhiên hồi ức quay về và nàng bị thu hút bởi cơ duyên bất ngờ, đó là chuyện tình của nàng có thể chấm dứt nơi đây, dưới một hình thể vẹn toàn đẹp đẽ; đoạn đầu và đoạn kết của nó được thắt buộc vào nhau bởi cùng một cảnh tượng sân ga và cùng một mô-típ cái chết dưới bánh xe con tàu; bởi, con người chúng ta, dù không hề nhận biết, ai nấy đều sống dưới lời trù yểm đầy mê hoặc của cái đẹp, và Anna, nghẹt thở bởi cái xấu của hiện hữu, đã không cưỡng lại được.)

Nàng đi xuống cầu thang và bước ra chỗ đường rày. Đoàn tàu chở hàng tiến lại gần. "Một cảm giác kích động chế ngự tâm hồn nàng như có lần đi bơi, lâu lắm rồi, nàng cảm thấy khi chuẩn bị nhảy xuống nước."

(Thật là một câu văn tuyệt diệu! Ngay giữa giây phút ngắn ngủi, giữa thời khắc cuối cùng của đời sống nàng, cái hấp lực ghê gớm kinh khiếp kia lại kêu gọi một hồi ức vui tươi, thanh thản, không chút đặc biệt! Ngay cả khi đang tê tái đối diện với cái chết, Anna khác xa con đường bi thảm của Sophocles. Nàng không hề lìa bỏ con đường bí ẩn của cõi phàm, nơi cái xấu chen vai thích cánh với cái đẹp, nơi cái hợp lý bị cái phi lý chèn lấp, và nơi cái mê ẩn vẫn hoàn mê ẩn.)

"Nàng hất đầu về phía sau, hai vai nhô lên, đôi cánh tay chới với về phía trước và buông mình dưới con tàu."

Kẻ lặp lại chính mình phải biết hổ thẹn

Sau khi chế độ Cộng sản tự sụp đổ vào năm 1989, trong chuyến về thăm Praha, một anh bạn sinh sống suốt thời gian ở đó bảo tôi: Chúng ta cần một Balzac. Bởi vì những gì ông nhìn thấy nơi đây chính là sự tái lập của xã hội tư bản với tất cả những cái tàn bạo và xuẩn động của nó, với cái gớm ghiếc của quân lừa bịp và bọn giàu mới. Cái xuẩn động mại bản thế chỗ cái xuẩn động ý thức hệ. Tuy vậy những trò đời ở thời đại mới này lại có cái hay ho, và sở dĩ nó như thế là vì trong trí nhớ người ta cái cũ vẫn chưa hoàn toàn tan biến, và giống như thời đại của Balzac, Lịch sử tạo nên những hoạt cảnh rối nùi không thể tưởng tượng được.

Đoạn bạn tôi kể tiếp cho tôi nghe chuyện một ông già. Ông từng là cán bộ cao cấp trong đảng. Cách đây hai mươi lăm năm ông gả con gái cho một gia đình đại tư sản mà toàn bộ tài sản bị nhà nước truất hữu. Để làm quà cưới cho đôi vợ chồng trẻ, ông lập tức dàn xếp một sự nghiệp tốt đẹp cho chàng rể. Ngày nay vị chức sắc sống nốt quãng đời còn lại của mình trong cô độc; gia đình người con rể đòi lại được trọn vẹn gia sản bị quốc hữu hóa trước đây, còn cô con gái thì cảm thấy nhục nhã vì cha mình là người Cộng sản và cô chỉ dám thi thoảng lén lút đến thăm ông. Bạn tôi cười: Ông thấy không? Giống từng chữ một với cuốn *Père Goriot!* Cái con người đầy quyền uy dưới Triều đại Kinh hoàng, người bằng cách nào đó gả hai cô con gái cho "kẻ thù giai cấp" để rồi, ở thời Trùng hưng, bị chính các con mình chối bỏ và thế là Papa không bao giờ được gặp con cái mình nơi công chúng.

Câu chuyện làm chúng tôi cười với nhau thật lâu. Ngày nay tôi chợt nghĩ lại trận cười hôm đó. Cái gì đã khiến chúng tôi có được trận cười như vậy? Phải chăng là sự lố bịch của ông cán bộ già? Lố bịch bởi ông là kẻ lặp lại trải nghiệm của người khác?

Nhưng không phải ông mà chính Lịch sử mới là cái tái diễn. Và để có thể tái diễn như thế, đương nhiên nó không biết hổ thẹn, không biết tri thức, không biết phẩm vị là gì. Chính cái phẩm vị nghèo nàn, tẻ nhạt này đã khiến chúng tôi cả cười.

Từ đó tôi quay lại với lời khuyên bảo của bạn tôi. Có đúng là thời đại người ta hiện sống bây giờ ở Bohemia đang kêu gào một Balzac không? Có lẽ. Có lẽ dân Czech sẽ được soi sáng nếu họ được đọc những cuốn tiểu thuyết viết về sự quay về chủ nghĩa tư bản trên đất nước họ, một chu kỳ tiểu thuyết phong phú, bao quát, với thật nhiều nhân vật, viết như Balzac. Nhưng không một tiểu thuyết gia tên tuổi đáng kính nào lại đi viết một cuốn tiểu thuyết như vậy. Thật là lố bịch nếu có cuốn *Tấn trò đời* khác ra đời. Bởi trong lúc Lịch sử (Lịch sử con người) có thể có một phẩm vị tồi tệ lặp lại chính nó thì lịch sử nghệ thuật chẳng thể nào chịu nổi trò tái diễn. Nghệ thuật hiện hữu ở đó không phải để làm tấm gương soi ghi nhận tất cả những cái lên xuống của Lịch sử, những biến tấu, những tấn tuồng tái diễn đến vô tận. Nghệ thuật không phải là ban nhạc làng xã tuân lệnh diễn hành theo gót chân của Lịch sử. Nó hiện hữu ở đó để sáng hiện lịch sử của chính nó. Cái tối hậu còn lại của châu Âu không phải là lịch sử lặp đi lặp lại, mà tự thân nó chẳng thể hiện một giá trị nào. Chỉ có lịch sử nghệ thuật của nó mới có cơ may tồn tại mà thôi.

Trịnh Y Thư dịch từ tập tiểu luận *"Bức màn" của Milan Kundera, ấn bản Anh ngữ của Linda Asher, nxb HarperCollins, 2006.*

———————————

Chú thích của người dịch:

prosai: tản văn; *comi*: từ chữ *comic* có nghĩa là hài hước, tuy nhiên tính hài ở đây không có nghĩa là sự trào lộng hoặc mỉa mai như chúng ta hiểu ngày nay mà là cảm xúc chủ quan về tính mâu thuẫn của đối tượng; epic: anh hùng ca, sử thi.

Bohemia: tên cũ, thế kỷ mười chín trở về trước, của miền đất cố hương Kundera. Ông hay dùng tên gọi này trong văn của ông thay vì Czechoslovakia (Tiệp Khắc) hoặc Cộng hòa Czech.

TRỊNH Y THƯ

VIÊN DUNG
ỨC HIẾP NGHIÊNG

Thành phố chựng nức tiếng mỹ miều
ức hiếp đổi tên, hiềm chẳng thơm
nhan sắc xuống, đơm phiền kệch cỡm
nép ngậm ngùi, bất hạnh dõi dòm

ức hiếp trở nghèo, rao tiếng thơm
ức hiếp em, ức hiếp những tôi
ức hiếp thời tóc xanh vô tội
phủi đáng thương, bắt bẻ truông đời

ức hiếp miền nam, tình chơi vơi
em xuống biển, tôi lên rừng tối
biển ghì - người - ở lại lôi thôi
ở hay đi cũng đều mắc tội

về phố cũ mất chỗ đứng, ngồi
em còn không, sóng biển mồ côi
gọi tên thành cũ, gọi hương hồn
âm âm đồng vọng hồn chưa chôn

VIÊN DUNG

VIÊN DUNG
PHỐ CŨ CÓ CÒN EM

Khóc, tên
thành phố cũ ai giành
thua buồn me mưa lá day dưa
em không còn tới lui đó nữa
thương, chẳng em còn
tôi đó n đưa
mà trả lại tên
cũng bằng thừa
ve tiễn đưa mùa thương mến nọ
mưa phai thời xanh lối quanh co
phai muối mẫn
buổi em thẹn thò
Sài Gòn như thiếu phụ đắn đo

me lá khóc
trả tên thành đó
tiếc chăng bóng cũ hờn chối bỏ
chẳng em lui tới
buồn quanh co

VIÊN DUNG

VŨ HOÀNG THƯ
hoa nở vì ai...

Tháng 7 trời xanh cao, mùa lên hâm nóng. Mặt đất nung nhiệt ngấm ngầm địa chấn, như muốn cùng người rung vang lời ngân quá khứ. Tháng 7 gọi về hàng phượng đỏ thắm rung rinh chùm nở, thứ lung linh ảo mờ, gần gụi mà xa thẳm, "mù không lối vào..." (TCS). Vang vang trong gió, lời trẻ thơ láng giềng vọng lại đùa vui tiếng nước. Nghe mát rượi chạy quanh lưng trần từng gáo múc, từng gàu treo giếng lặng và nước mưa lũ tràn máng xối. Nước ơi, nước gọi sông, gọi suối, gọi nguồn, nước hát ngàn xanh của biển lộng trào mùa thơ ấu cũ. Nơi xa mờ cơn nắng, hải đảo hiện thành ốc xanh cuối chân trời, đùa cợt gọi mời kẻ lạc đường đang chết khát sa mạc. Mờ ảo phía ấy, những chấm xanh li ti trong mùa nắng vỡ xuống soi dáng đăm chiêu mắt ngây. Như hoa đom đóm nhòe lên mắt, thị giác vẽ nên hình dung người đi về xa thẳm. Bấy giờ, lớp trường đã đóng cửa, hàng cây cuối xuống cù rủ mùa hè đi rong hoang lãng mạn. Áo người bung xòe chiều chờ đợi một thời. Những tà vạt mong manh phất phới như loài ma không chân trên mặt lộ ngày hè chứa chan. Sót lại chăng, vẽ vời như buổi sáng hôm nay, có mây trắng rất cao, cao ngất trên mọi triền ký ức.

Giọng hồ cầm Nat King Cole êm ái dệt lời kéo tôi nhè nhẹ, I see your face in every flower, your eyes in stars above... the very thought of you. The very thought of you, sao bỗng niệm tình lân hư trở về vô cớ? Câu hỏi xoay quanh, You là ai? Là người? Là thế giới? Là Em? Xem hoa thấy dung nhan người, nhìn sao cao xa thẳm trên kia bỗng hiện tiền một ánh mắt. Chỉ một niệm. Một niệm Em, thế giới hoàn thành trong chớp lóa big bang...

Một lần Basho đi trên đường làng, điều khiến ông chăm chú chính là đám hoa dại bên đường. Ông viết một haiku, thiên hạ thích, và họ gọi tên bài thơ ấy nazuna haiku.

Yoku mireba Nazuna hana saku Kakine kana.

(Basho)

Looking carefully

A shepherd's purse is blooming
Under the fence
(trans. R.H.Blyth)
Nhìn kỹ nhé chú tâm nào
vùng bông dại rộ
ven rào ngộ thay
(Vũ Hoàng Thư phỏng dịch)

Từ "kana" đặt ở cuối câu trong tiếng Nhật mang nhiều ý nghĩa khác nhau để biểu thị sự kinh ngạc, ngưỡng mộ, hay phiền muộn, hoặc hân hoan, đôi khi hoài nghi... Đại sư D.T. Suzuki, nhà thiền học danh tiếng của Nhật cho rằng "kana" trong bài haiku này có thể dịch sang tiếng Anh thích hợp nhất chỉ bằng một dấu chấm than! Dấu chấm than diệu kỳ mở nguồn thăm thẳm sinh tồn bằng một lời vô ngôn! Vậy thì "Kakine kana" trong câu cuối ta có thể nôm na nói rằng: hàng rào ngộ thiệt! Thế hàng rào có chi mà ngộ? Ngộ là ở chỗ hoa nazuna bung rộ cạnh bên, chứ hàng rào nào dính dáng chi với cái ngộ. Không dưng chữ ngộ bật dậy đôi điều khép mở ảo huyền, ngân lên một cung bậc dị thường mênh mang dưỡng nuôi y bát. Ngộ là nhầm [ngộ nhận], ngộ là gặp gỡ đối mặt nhau [hội ngộ], ngộ cũng là hiểu ra, là vỡ lẽ, là tỉnh giấc [giác ngộ]... Thì ra từ nhầm lẫn [ngộ nhận] ta đối diện [hội ngộ] với sự việc, từ đó khai mở tâm thức để không còn mê muội [giác ngộ]. Tất cả cũng từ một chữ ngộ! Quả là ngộ thiệt chứ chẳng nói chơi hý luận. Không vô minh thì cũng chẳng có giác ngộ như lời thầy, tổ thường nói.

Ông Basho bảo "hãy nhìn kỹ, có hoa nazuna nở dưới bờ rào". Bài haiku thoạt nghe có vẻ cũng tầm thường thôi nhỉ. Nazuna là một loài hoa trắng dại vẫn mọc hoang bên vệ đường mà thiên hạ thường chẳng ai quan tâm hay để ý đến. Nếu nhại theo lời bài hát Hoa Trinh Nữ của Trần Thiện Thanh thì "hoa Nazuna không mặn mà bằng nàng hồng kiêu sa, hoa đâu dám khoe màu cùng một nàng Cúc vàng tươi". Tuy nhiên Basho nhấn mạnh, hãy nhìn kỹ. Nhìn kỹ ở đây phải hiểu là nhìn với thái độ chú tâm và tỉnh thức, bỏ hết những phân chia biện biệt để nhìn như một thiền giả. Nhìn bằng con mắt vô niệm như vậy tự khắc sẽ thấy hoa nazuna đẹp như nàng hồng kiêu sa, đẹp không thua gì đóa sen hồng thắm chốn tịnh độ. Một cái nhìn trong tâm thức rỗng không cho tiểu thể hòa tan cùng đại thể, bởi chưng tầm thường hay phi thường, nhỏ bé hay vĩ đại vốn cùng nhất thể chân như. Chiêm nghiệm cánh hoa nazuna khiêm tốn nở bên bờ rào là thấu đáo điểm chín mùi của sự sống, khắc giờ phát tiết tinh hoa, mở toang nút thắt, phơi phới cùng nhân gian. Giây phút đó, ta và hoa là một, không còn biên giới chia cách giữa trong và ngoài, giữa ta và thế giới. Ta vươn vai chạm cùng vũ trụ trong niềm tự tại như chưa bao giờ được "sống", liền khi ấy thấy bắt được tính bình đẳng của vạn vật, không phân biệt sang hèn, to nhỏ, những nhỏ nhoi vốn bị lãng quên của nhân gian đời thường. Kana! Ngộ thay!

Thế kỷ trước, một thi sĩ Việt cô đơn như chưa từng cô đơn, kinh ngạc và sụp lạy một cành hoa vừa nở. Đó là bài thơ ngắn "Thược Dược" của Quách Thoại ít được nhắc đến,

Đứng im ngoài hàng giậu
Đứng im mỉm nụ nhiệm mầu
Lặng nhìn em kinh ngạc
Vừa thoáng nghe em hát
Lời ca em thiên thâu
Ta sụp lạy cúi đầu
Thược Dược - Quách Thoại)

Tất nhiên là kinh ngạc khi bất ngờ nhận ra đóa thược dược lồ lộ đứng im ngoài hàng giậu. Hoa im sững làm cho ngoại hình như cao hẳn lên, vĩ đại hơn bình thường. Thi sĩ kinh ngạc như thiền sư ở khắc giây hoát nhiên đại ngộ. Hoa không chỉ khoe màu, hoa còn truyền cảm bằng thanh âm tiếng hát. Hoa được nhân cách hóa thành người, thành Em, thành Nàng Thơ, thành Chân Lý, v.v... Phút giây đó, cũng tỉ như phút giây Basho-nazuna, hay Archimedes-Eureka, chỉ hiện hữu khi thi sĩ trong một sát na gay cấn, hốt nhiên kỳ tác thành một tia chớp sáng lòa, nối liền mạch nguồn hương phấn, thiết lập sợi dây liên đới nối hoa với người làm một, kết mình cùng thế giới không chia. Sợi dây ấy vẫn hằng có, chỉ là bình thường vì vô tâm ta không nhìn thấy đấy thôi. Người vô tình để cho mấy cuống đỏ phù dung lặng lẽ một mình giữa lòng núi vắng lặng, không bóng người, giản hộ tịch vô

Mộc mạt phù dung hoa
Sơn trung phát hồng ngạc
Giản hộ tịch vô nhân
Phân phân khai thả lạc
(Tân Di Ổ, Vương Duy)

Ngọn cây hoa Phù Dung
Giữa núi nẩy cuống đỏ
Quạnh quẽ cổng bên khe
Bời bời rụng và nở
(Giản Chi dịch)

Câu hỏi không dưng bất chợt vào một sáng hè oi ả nắng, rộn rã lời mây trắng: Hoa nở cho người, hay hoa nở vì ai? Câu hỏi dìu dắt hiện sinh đi về nơi tịch mịch chan hòa cùng cõi thế phong ba, đưa chân đến những chóp đỉnh phong nhiêu dị thường của bát ngát thăm thẳm bất khả tư nghì, họa chăng chỉ có thể thong dong vi vút bằng những giả dụ chênh vênh có lẽ. Có lẽ?

Có lẽ thược dược chỉ thực sự nở khi Quách Thoại cúi đầu sụp lạy để bắt nhịp cầu liên đới cho hoa/người bình đẳng tương lân, tất cả là một, một là tất cả, ta là thế giới, thế giới là ta.

Có lẽ hoa nazuna khiêm tốn như giọt sương đầu cỏ bên đường, lộ thảo đầu phô(*), chỉ khoe sắc khi con ếch đánh bõm vào ao lặng khiến Basho dừng bước, gập mình xuống mạch thẳm tồn sinh để thấy nghìn năm sau trước nazuna vẫn phơi phới bên đường mặc cho thiên hạ bàng quan qua lại.

Hay có lẽ, hoa bung lên khi đến thời hoa nở. Chỉ vậy. Như là. Và có lẽ, biết đâu hoa chỉ nở rộ cùng hoa tâm của người khi người biết ngoái đầu hân thưởng giây phút trực diện khôn hàn cùng diệu kỳ trầm tịch vô ngần mở phơi.

Kiếp hoa –
ta nhỏ máu ròng
cho người cười nụ giữa lòng nhân gian

Vũ Hoàng Thư
Tháng 7, 2025

PHẠM QUỐC BẢO
Tình tứ

Ngày trước còn trẻ đầy mộng ước
gặp nhau như một giấc mơ xa
để rồi tan biến thành mây khói
Giờ bỗng nhớ lại..ngỡ hôm qua

Cuộc sống biến thiên tưởng bôi xóa
mà ảnh hình xưa vẫn đậm đà
nét son môi cũ tràn hơi ấm
rạo rực trong trong tôi bật thành thơ.

Em ơi - con đường xưa còn đó
cứ đổ bóng dài tận hôm nay
Bao nhiêu háo hức chúng mình có
với nhau vẫn chín đậm ngày mai.

PHẠM QUỐC BẢO
Thứ bẩy 09 tháng tám 2025.

HÀ NGUYÊN DU

Giữ gìn và phát huy văn hóa nghệ thuật trong thời đại mới

Việc bảo tồn và phát huy văn hóa văn nghệ luôn là một vấn đề nan giải, bởi lẽ nó đòi hỏi sự kết hợp khéo léo giữa việc gìn giữ những giá trị truyền thống và thúc đẩy sự phát triển, đổi mới trong bối cảnh xã hội hiện đại. Để có thể đưa ra một nhận thức đúng đắn và đáp số chung cho vấn đề này, chúng ta cần phải xem xét từ nhiều khía cạnh khác nhau và tìm ra sự cân bằng hợp lý. Dưới đây là một số nhận thức chủ chốt mà bạn có thể dựa vào để mạnh dạn chia sẻ với mọi người:

1 Hiểu sâu về giá trị cốt lõi của văn hóa và văn nghệ

- **Văn hóa và văn nghệ** là nền tảng tinh thần của một dân tộc, phản ánh bản sắc và tinh hoa của cộng đồng qua nhiều thế hệ. Trong quá trình bảo tồn và phát huy, điều đầu tiên cần nhận thức rõ là không thể để mất đi những giá trị cốt lõi. Những giá trị như ngôn ngữ, phong tục, lễ hội, và những hình thức nghệ thuật đặc trưng là các yếu tố không thể thay thế, bởi chúng không chỉ là di sản quá khứ mà còn là nguồn động lực để xây dựng tương lai.

Bảo tồn không phải là đóng băng văn hóa*, *mà là giữ vững các giá trị truyền thống trong một môi trường luôn thay đổi. Việc bảo vệ và lưu giữ những nét đặc trưng văn hóa đòi hỏi phải hiểu đúng về bản chất của những giá trị ấy, không phải chỉ là sao chép nguyên vẹn mà phải giữ được tinh thần cốt lõi trong một hình thức phù hợp với thời đại.*

2. Cân bằng giữa bảo tồn và đổi mới*

- Một "đáp số chung" *cho việc bảo tồn và phát huy văn hóa văn nghệ là tìm ra sự *cân bằng giữa bảo tồn giá trị truyền thống và thúc đẩy sự đổi mới*.* Văn hóa không phải là một thứ bất động mà luôn biến đổi theo thời gian. Vì vậy, cần phải nhìn nhận rằng việc phát huy và sáng tạo không mâu thuẫn với bảo tồn.

- Đổi mới :

Để văn hóa và văn nghệ có thể sống mãi trong lòng người dân, chúng cần phải phát triển và thích nghi với những thay đổi của thời đại. Ví dụ: các hình thức nghệ thuật truyền thống như tuồng, chèo, cải lương có thể được làm mới qua việc ứng dụng công nghệ hiện đại, hoặc kết hợp với các loại hình nghệ thuật khác để thu hút giới trẻ.

- Bảo tồn:

Tuy nhiên, sự đổi mới cần đi kèm với một nguyên tắc quan trọng: **giữ gìn bản sắc dân tộc**. Đổi mới không có nghĩa là phá bỏ những gì đã tồn tại, mà là làm cho những giá trị truyền thống trở nên phù hợp và hấp dẫn hơn trong mắt công chúng hiện đại, đặc biệt là thế hệ trẻ.

3. "Đưa văn hóa và văn nghệ đến gần hơn với công chúng"

- Một trong những khó khăn lớn trong việc bảo tồn và phát huy văn hóa văn nghệ là **khoảng cách giữa công chúng và các giá trị truyền thống**. Nhiều người, đặc biệt là thế hệ trẻ, thường cảm thấy các hình thức văn hóa nghệ thuật truyền thống xa lạ và khó tiếp cận.

- Giải pháp:

Cần có những cách tiếp cận sáng tạo, đưa văn hóa truyền thống vào đời sống hằng ngày của người dân một cách gần gũi và dễ hiểu hơn. Các hoạt động giáo dục văn hóa, sự kiện nghệ thuật, hay chương trình giao lưu truyền thông là những phương tiện quan trọng để nâng cao nhận thức cộng đồng về giá trị của văn hóa và nghệ thuật. Đặc biệt, các nền tảng truyền thông xã hội cũng là công cụ mạnh mẽ để giới thiệu các nét đẹp văn hóa tới giới trẻ theo cách mới mẻ, sáng tạo.

- Giáo dục văn hóa từ sớm:

Đưa các giá trị văn hóa và văn nghệ vào chương trình giáo dục để thế hệ trẻ có cơ hội tiếp cận và hiểu sâu hơn về di sản văn hóa dân tộc, từ đó tạo dựng tình yêu và ý thức trách nhiệm trong việc bảo tồn và phát huy

4. Khuyến khích sự tham gia của cộng đồng

- Văn hóa và văn nghệ không thể bảo tồn và phát huy một cách đơn lẻ bởi các tổ chức hay chính phủ, mà phải dựa vào **sự tham gia tích cực của cộng đồng**. Chính người dân mới là những người giữ gìn, thực hành và truyền bá các giá trị văn hóa trong cuộc sống hằng ngày.

- Giải pháp:

Tạo điều kiện và khuyến khích các hoạt động cộng đồng, các lễ hội văn hóa, hội thảo, và chương trình biểu diễn nghệ thuật mang tính dân gian. Đây là cách để khơi dậy niềm tự hào về di sản và thúc đẩy mọi người, từ các nghệ sĩ đến khán giả, cùng chung tay bảo vệ và phát huy văn hóa.

5. "Sự hỗ trợ của nhà nước và các tổ chức"

- Vai trò của **nhà nước** trong việc bảo tồn và phát huy văn hóa văn nghệ là rất quan trọng. Các chính sách khuyến khích và hỗ trợ nghệ sĩ, các nhà nghiên cứu, và cộng đồng thực hành các loại hình văn hóa nghệ thuật cần phải được thực hiện một cách mạnh mẽ và liên tục.

- "Đầu tư vào văn hóa":

Chính phủ và các tổ chức cần đầu tư không chỉ về mặt tài chính mà còn về các chính sách cụ thể để bảo tồn các di sản văn hóa, đồng thời thúc đẩy sự phát triển của các hình thức nghệ thuật hiện đại. Việc này có thể bao gồm hỗ trợ các nghệ sĩ sáng tác, tạo điều kiện cho các tổ chức văn hóa và nghệ thuật tổ chức sự kiện, hay bảo vệ bản quyền cho các tác phẩm nghệ thuật.

6. "Ứng dụng công nghệ để bảo tồn và phát huy"

- Trong thời đại công nghệ phát triển như hiện nay, việc **ứng dụng công nghệ** vào bảo tồn và phát huy văn hóa văn nghệ là một hướng đi mới và hiệu quả. Các bảo tàng số, chương trình truyền hình trực tuyến, hoặc thậm chí là các ứng dụng di động có thể giúp bảo tồn và lan tỏa các giá trị văn hóa một cách nhanh chóng và rộng rãi.

- **"Công nghệ lưu giữ di sản"** : Số hóa các di sản văn hóa, nghệ thuật giúp chúng ta có thể lưu trữ và phổ biến các giá trị văn hóa một cách hiệu quả, đồng thời giúp các thế hệ tương lai có thể tiếp cận dễ dàng hơn.

Kết luận:

"Đáp số chung" cho việc bảo tồn và phát huy văn hóa văn nghệ chính là sự kết hợp***: "cân bằng giữa bảo tồn giá trị cốt lõi và đổi mới",*** đồng thời khuyến khích sự tham gia của cộng đồng và sử dụng các nguồn lực như công nghệ, giáo dục, và sự hỗ trợ của chính phủ. Chúng ta cần vừa giữ vững những di sản truyền thống, vừa làm mới để văn hóa và nghệ thuật tiếp tục sống động và phát triển trong đời sống hiện đại.

Dưới đây, tôi sẽ dẫn chứng các tác phẩm và tác giả tiêu biểu thuộc các loại hình nghệ thuật truyền thống và hiện đại …

1. Thơ:

- Truyền thống

- Nguyễn Du - "Truyện Kiều": Đây là tác phẩm thơ lục bát nổi tiếng nhất trong lịch sử văn học Việt Nam. "Truyện Kiều" không chỉ là một kiệt tác nghệ thuật mà còn là câu chuyện đầy cảm xúc về nhân tình thế thái, nói lên lòngnhân ái và đạo đức.

- Hiện đại:

- Hàn Mặc Tử - *"Đau Thương" (Thơ Điên)*: Hàn Mặc Tử là một nhà thơ lãng mạn với phong cách sáng tạo đột phá, kết hợp giữa cảm xúc mạnh mẽ và hình ảnh siêu thực. Tập thơ "Đau Thương" nổi bật với những bài thơ như "Mùa Xuân Chín", thể hiện những tâm trạng u uất, đau đớn nhưng đầy sức sáng tạo.

2. Văn xuôi

- Truyền thống:

- "Nguyễn Dữ - "Truyền Kỳ Mạn Lục" :

Là tập truyện ngắn nổi tiếng trong văn học cổ điển Việt Nam. Những câu chuyện huyền bí, mang màu sắc siêu nhiên, phản ánh tư tưởng nhân đạo và sự trân trọng

- **Nhất Linh - "Đoạn Tuyệt":** Nhất Linh là một trong những nhà văn tiêu biểu của Tự Lực Văn Đoàn, nổi tiếng với các tác phẩm mang tính cách tân về văn phong và tư tưởng. "Đoạn Tuyệt" là một tác phẩm văn xuôi nổi tiếng, miêu tả cuộc sống xã hội và những xung đột tư tưởng của phụ nữ trong xã hội truyền thống.

3. Âm nhạc

- *Truyền thống:*

- **Nhạc cung đình Huế**: Đây là loại hình âm nhạc biểu diễn trong hoàng cung thời nhà Nguyễn, mang tính trang trọng, tinh tế. Nhạc cung đình Huế đã được UNESCO công nhận là di sản văn hóa phi vật thể.

- Hiện đại:

- **"Phạm Duy"- "Con Đường Cái Quan":** Phạm Duy là một trong những nhạc sĩ lớn của nền tân nhạc Việt Nam. Ông có nhiều sáng tác gắn liền với tình yêu quê hương, đất nước, nhưng nổi bật là trường ca "Con Đường Cái Quan" – tác phẩm đưa người nghe trải qua hành trình từ Bắc vào Nam với những dấu ấn văn hóa, lịch sử đậm nét.

4. Hội họa:

- ***"Truyền thống*:***

- "Tranh Đông Hồ": Đây là dòng tranh dân gian truyền thống của làng Đông Hồ, Bắc Ninh. Những bức tranh thường mô tả các phong tục, tập quán và sinh hoạt đời thường của người dân, mang đậm tính chất vui tươi và giản dị.

- Hiện đại:

- *Lê Phổ - "Thiếu Nữ Bên Hoa Huệ": Lê Phổ là một trong những họa sĩ tiêu biểu của nền hội họa hiện đại Việt Nam,người đã thành danh ở Pháp. Tác phẩm "Thiếu Nữ Bên Hoa Huệ" mang đậm phong cách Á Đông với sự tinh tế trong việc mô tả vẻ đẹp của người phụ nữ Việt Nam.

5. Điêu khắc:

- ***Truyền thống:***

- **Tượng Phật chùa Tây Phương**: Những pho tượng Phật ở chùa Tây Phương (Hà Nội) được coi là đỉnh cao của nghệ thuật điêu khắc gỗ Việt Nam. Những bức tượng này thể hiện sự tinh xảo, công phu trong kỹ thuật chạm khắc và là biểu tượng của tư tưởng Phật giáo.

-Hiện đại:

-Điềm Phùng Thị - Điêu khắc hình học

: Điềm Phùng Thị là một nhà điêu khắc nổi tiếng ở Pháp, với các tác phẩm mang tính trừu tượng nhưng vẫn đậm chất văn hóa Việt. Bà đã sáng tạo ra một loạt các biểu tượng hình học đơn giản nhưng ẩn chứa sự uyển chuyển và tinh tế.

6. Nghệ thuật trình diễn:

-***Truyền thống:***

- Múa rối nước: Đây là loại hình nghệ thuật truyền thống độc đáo của Việt Nam, xuất hiện từ thế kỷ 11, gắn liền với nền văn hóa lúa nước. Những câu chuyện được diễn qua các con rối trên mặt nước thể hiện cuộc sống sinh hoạt và tín ngưỡng của người dân Việt.

- Hiện đại:

- Sân khấu kịch của Vũ Đình Long - "Chén Thuốc Độc: Là tác phẩm đánh dấu sự ra đời của sân khấu kịch nói tại Việt Nam vào đầu thế kỷ 20. Vũ Đình Long là người tiên phong đưa nghệ thuật kịch nói vào văn hóa Việt Nam, mang đến sự đổi mới cho sân khấu truyền thống

7. Kiến trúc:

- ***Truyền thống :***

- *Khuê Văn Các* (Văn Miếu Quốc Tử Giám): Là một công trình kiến trúc biểu tượng của Hà Nội, mang đậm nét văn hóa truyền thống. Khuê Văn Các được xây dựng dưới triều Nguyễn, là biểu tượng của nền văn hiến lâu đời của dân tộc Việt Nam.

- Hiện đại:

- Nhà thờ Đức Bà Sài Gòn: Được xây dựng theo phongcách kiến trúc Roman kết hợp Gothic, nhà thờ Đức Bà là một trong những công trình kiến trúc đặc sắc của Sài Gòn, thể hiện sự giao thoa giữa văn hóa phương Đông và phương Tây.

Kết luận:

Những dẫn chứng về tác phẩm xưa và nay qua các loại hình nghệ thuật trên không chỉ phản ánh sự **bảo tồn** các giá trị văn hóa truyền thống, mà còn thể hiện sự **phát triển và đổi mới** trong từng lĩnh vực nghệ thuật. Bạn có thể sử dụng những dẫn chứng này một cách an toàn và phù hợp với mọi đối tượng, mà không gây ra sự phản đối từ bất kỳ phía nào.

HÀ NGUYEN DU
Sep 15/ 24

Thơ hay lời đẹp:

*Đời lúa cứ ngỡ là một cuộc phiêu lưu bất tận, để rồi lúa dừng lại khi lòng đã hóa thành gạo. Gạo nguyện ở lại, chờ ngày được thành chén cơm thơm nồng, để yêu thương trọn vẹn …

San Phi
2807250122

Sưu tầm

* Trong đời sống, *"sự mất đi Quan Trọng Hơn Sự Tồn Tại"* ...
"Hạt Lúa Chỉ Nẩy Mầm Khi Nó Chết đi" > của **Boris Pasternak** - **Hà Nguyên Du**

Câu đố có thưởng -

(Nhằm khuyến khích người đọc không bỏ sót trang nào trong tờ báo)

*** Liên khúc thơ Lục bát, trong số báo này:**

1/ mượn em. mấy ngón tay dài
với qua thiên đỉnh ngoắc. đài trang xưa.
2/ đêm dài thở bóng trăng đưa
sầu tôi con nước xế mùa trôi xa
3/ Tạ ơn em…buổi chiều tà
Cho hình hài đó quyện hòa hương yêu

* Quí vị có đoán được 3 Nhà thơ của 3 đoạn thơ trên là ai không? Đoán trúng có thưởng ... BBT/VHM

Chỉ THƯỞNG cho ai gửi qua email sớm nhất, kể từ khi báo phát hành...

HÀ NGUYÊN DU

Cuốn sách:

Nghệ Thuật Viết Văn ...
của học giả Nguyễn Hiến Lê

Là một trong những tác phẩm kinh điển, cung cấp kiến thức và kỹ năng cần thiết cho những ai muốn phát triển khả năng viết lách, từ viết văn sáng tạo đến văn nghị luận. Nguyễn Hiến Lê là một học giả nổi tiếng trong lĩnh vực văn hóa và văn chương, với phong cách viết súc tích, dễ hiểu, và rất giàu tính ứng dụng.

Dưới đây là phân tích những điều hay cần học hỏi từ cuốn sách này:

1.”Tư Duy Sáng Tạo trong Viết Lách”

Một trong những điều nổi bật mà Nguyễn Hiến Lê truyền tải qua cuốn sách là việc viết văn không chỉ là ghi lại ý tưởng hay sự kiện, mà nó còn đòi hỏi sự “tư duy sáng tạo” :

Ông khuyến khích người viết phát huy trí tưởng tượng, không ngại làm mới cách thể hiện ngôn ngữ, và luôn tìm kiếm những góc nhìn mới lạ trong các vấn đề quen thuộc. Điều này giúp bài viết không chỉ truyền đạt thông tin mà còn thu hút và gợi cảm hứng cho người đọc.

2. Rèn Luyện Kỹ Năng Viết:

Nguyễn Hiến Lê nhấn mạnh rằng viết văn là một quá trình **rèn luyện lâu dài**. Ông cung cấp các kỹ thuật viết, từ cách xây dựng câu, đoạn văn, đến việc phát triển ý tưởng một cách logic. Ông cũng hướng dẫn cách sử dụng từ ngữ một cách chính xác, tránh rườm rà, và giữ cho bài viết rõ ràng, súc tích. Đây là đi mấu chốt để người học có thể cải thiện kỹ năng viết của mình qua thời gian.

3. Xây Dựng Bố Cục Bài Viết

Cuốn sách cũng dạy cách "xây dựng bố cục" * chặt chẽ, mạch lạc cho một bài viết.

Nguyễn Hiến Lê chỉ rõ tầm quan trọng của việc sắp xếp các ý tưởng sao cho logic, có sự liên kết giữa các phần của bài viết, từ mở bài, thân bài đến kết luận. Cách trình bày bố cục này giúp bài viết có hệ thống, dễ hiểu và thu hút được sự chú ý của độc giả.

4. Phát Triển Giọng Văn Riêng:

Nguyễn Hiến Lê cũng nhấn mạnh tầm quan trọng của việc phát triển một "giọng văn riêng" *, hay còn gọi là "phong cách viết". Theo ông, một tác giả giỏi không chỉ viết hay mà còn có một giọng văn độc đáo, thể hiện cái tôi của mình qua từng câu chữ. Đây là yếu tố giúp người viết tạo được dấu ấn và sự khác biệt giữa rất nhiều người viết khác.

5. Cách Viết Văn Nghị Luận và Văn Sáng Tạo:

Cuốn sách phân chia rõ ràng giữa các loại văn khác nhau như "văn nghị luận" và "văn sáng tạo" . Trong phần nghị luận, Nguyễn Hiến Lê hướng dẫn cách phát triển luận điểm, lập luận chặt chẽ, và sử dụng các bằng chứng để thuyết phục độc giả. Trong phần văn sáng tạo, ông lại khuyến khích người viết thả lỏng trí tưởng tượng và cảm xúc để tạo ra những tác phẩm có tính nghệ thuật cao.

6. Học Hỏi từ Văn Chương Cổ Điển và Hiện Đại:

Nguyễn Hiến Lê không chỉ dạy cách viết mà còn khuyếnkhích người học **đọc nhiều** để trau dồi kiến thức và phong cách viết. Ông giới thiệu các tác phẩm văn chương cổ điển và hiện đại từ Đông sang Tây, từ văn học Việt Nam đến văn học thế giới, để người viết có thể học hỏi và so sánh. Ông tin rằng việc đọc sách đa dạng sẽ mở rộng vốn từ vựng, giúp người viết phát triển sự tinh tế trong việc sử dụng ngôn ngữ.

7. Giá Trị Đạo Đức và Xã Hội trong Viết Văn:

Một điểm đặc biệt trong cuốn sách là Nguyễn Hiến Lê không chỉ dạy về kỹ năng viết mà còn nhấn mạnh "giá trị đạo đức" * trong văn chương. Ông cho rằng người viết cần có trách nhiệm với xã hội, sử dụng ngòi bút của mình để truyền tải những thông điệp tích cực, mang tính xây dựng, và không nên viết những gì gây tổn thương hoặc chia rẽ.

8. Khuyến Khích Người Viết Tự Học và Rèn Luyện:

Cuối cùng, một bài học lớn mà Nguyễn Hiến Lê muốn gửi gắm là tinh thần **tự học**. Ông tin rằng không có con đường nào dẫn đến thành công nếu thiếu sự kiên trì và nỗ lực không ngừng. Viết văn, cũng như bất kỳ kỹ năng nào khác, cần thời gian và sự rèn luyện. Cuốn sách là một công cụ hữu ích, nhưng người học cần kiên trì và chịu khó thực hành để nâng cao kỹ năng của mình.

Kết Luận

Cuốn sách "Nghệ Thuật Viết Văn" của Nguyễn Hiến Lê là một tài liệu quý giá cho bất kỳ ai muốn phát triển kỹ năng viết. Nó không chỉ cung cấp các phương pháp và kỹ thuật viết hiệu quả mà còn truyền tải tư duy sáng tạo, phong cách riêng biệt và giá trị đạo đức trong việc viết lách. Học hỏi từ cuốn sách này, người viết có thể rèn luyện và cải thiện khả năng viết của mình, đồng thời nâng cao ý thức về vai trò và trách nhiệm của ngòi bút đối với xã hội.

HÀ NGUYÊN DU

LÊ HỮU MINH TOÁN

TẨY TRẦN

Thưa Ông
Thi sĩ Giáng Bùi
Ông điên
rất tỉnh
ngậm ngùi thế nhân
Rượu
thơ
một túi lâng lâng
Bảy mươi năm
cuộc tẩy Trần
hiếm hoi

HẠT BỤI

Tôi
là tôi
chẳng phải tôi
chỉ là hạt bụi
giữa trời Vâng xoay
Chị là
nương tạm thân này
Rong chơi một thoáng
Xuôi tay
nhẹ hều

BẠN SƠ

Tử ta
Xuống núi bỏ rừng
Xuôi về phố thị
lạ từng
bước quen
Ơi ta
lạc mất tuổi tên
ngủ ngơ giữa chợ
truy tìm
ban sơ …!

LÊ HỮU MINH TOÁN

LƯU NGUYỄN TỪ THỨC
Đêm Hè Houston Nhớ Hè Sài Gòn

Đêm Houston,ánh trăng soi lấp lánh
Gió nhẹ ru qua những mái nhà cao
Nhưng lòng tôi chẳng thể nào tĩnh lặng
Vì nhớ hoài một góc phố lao xao.

Tôi nhớ lắm những đêm hè nóng gắt
Cả nhà ngồi ngoài sân, quạt đều tay
Chén trà nóng, vài miếng xoài chấm muối
Tiếng cười nói vang vang suốt đêm dài.

Có những đêm, tôi nằm nghe bà kể
Chuyện ngày xưa, chuyện chạy giặc khắp nơi
Tiếng bà trầm trầm, hòa cùng tiếng muỗi
Mà lòng tôi cứ nhớ mãi không rời.

Tôi nhớ tiếng ve còn ngân trong gió
Dù đêm về, chúng vẫn hát không thôi
Nhớ ánh trăng soi qua khung cửa nhỏ
Chiếu lên tường bóng dáng tuổi thơ tôi.

Sài Gòn xưa, đêm hè không điều hòa
Chỉ tiếng quạt quay đều trong bóng tối
Mồ hôi rịn ướt hết lưng áo nhỏ
Mà giấc ngủ vẫn ngọt như lời ca.

Đêm Houston, đèn đường như sao rụng
Nhưng không bằng ánh đèn dầu năm xưa
Không bằng những tiếng rao khuya vang vọng
Không bằng mùi gió đồng thoảng song thưa.

Giờ nơi đây, tôi một mình lặng lẽ
Ngắm trăng lên sau dãy nhà cao tầng
Mỗi ánh sáng như một lời nhắc nhẹ
Về quê hương, về những tháng năm gần.

Nếu có thể, tôi xin một lần nữa
Được trở về trong giấc ngủ tuổi thơ
Được nằm nghe tiếng mẹ ru khe khẽ
Giữa đêm hè, giữa Sài Gòn mộng mơ.

LƯU NGUYỄN TỪ THỨC
07/2025

NGUYÊN CẨN
Khói Vẫn Còn Vương

Uống đến chai thứ ba, Sử bâng khuâng nhìn ra bờ sông Sài Gòn. Chiều xuống dần. Mặt trời lấp lóa yếu ớt ném chút ánh nắng tàn xuống mặt sông, quẫy đạp loang loáng. Quay sang tôi, Sử bỗng dưng chùng giọng xuống: "Này ông có thích nghe chuyện buồn không? Chuyện khá "romantic" và nếu ông không chê sến, tôi kể ông nghe". Bật cười, tôi nói: " Sao hôm nay ngài có vẻ long trọng đại thế! Bình thường ông vẫn tếu táo xem mọi chuyện trên đời, nhất là chuyện tình yêu, là phù phiếm, là cải lương, là 'sến sủa' kia mà!".

"Không, ông à, anh em mình già rồi, ngẫm lại mọi chuyện cũng phải chừng mực, khách quan chứ !"

Tôi ngạc nhiên, một gã bất cần đời thấm nhuần triết lý Tây phương, coi nhẹ mọi chuyện như Sử mà có lúc cũng đắn đo vậy sao? Sử xuất thân con nhà nền nếp, khoa bảng, bản thân học khoa Ngoại ngữ, tiếng Pháp, cùng đại học với tôi. Hắn đàn hay, hát giỏi, khá đẹp trai, lại để bộ ria mép, thường được gọi là Sử Sĩ Phú vì hắn hát bài "Cô láng giềng" rất hay, nhái đúng giọng và phong cách Sĩ Phú khi trình diễn. Khi ra trường, Sử cùng đi với tôi ra Phú Khánh, nhưng hắn phải về Tuy Hòa, còn tôi ở Nha Trang. Cũng may ngôi trường hắn được bổ nhiệm khá lớn nhưng ngặt nỗi không có học sinh tiếng Pháp nên người ta dự kiến chuyển hắn xuống cấp 2 dạy tiếng Anh. May sao ông Hiệu trưởng thấy hắn cũng dễ mến nên giữ hắn lại dạy tiếng Anh, mà trình độ sinh viên sư phạm ngày ấy, nhất là dân trường Tây như hắn thì đủ sức dạy cả hai thứ tiếng. Bẵng đi rất lâu mất liên lạc, nhất là khi tôi chuyển về Sài Gòn trước hắn mấy năm. Gần đây nhờ facebook bạn bè mới gặp lại nhau.

Sử rót đầy ly, uống một hơi, và kể …

…Những ngày đầu về Tuy Hòa, Sử cảm thấy ngột ngạt vì không quen nếp sinh hoạt của một ngôi trường cấp 3. Toàn là đi họp và lên lớp, suốt ngày, hết làm chủ nhiệm rồi họp Chi đoàn, Công đoàn, Tổ Bộ môn, quay cuồng soạn giáo án đã mệt lử rồi. Huống chi dân Pháp Văn nhảy sang Anh văn cũng phải mất thời gian tập phát âm cho "dẻo" miệng vì quen accent tiếng Pháp bấy lâu. Lại không được mở đài nước ngoài nghe vì sợ mang tiếng nghe "đài địch". Cũng may học sinh khá hiền, và chúng nó cũng không biết tiếng Anh thật sự đọc thế nào vì có tiếp xúc với người nước ngoài bao giờ đâu. Ông thầy luôn là thần tượng về mặt tri thức. Những thầy cô lâu năm thì 'năm thì mười họa' mới dự giờ vì ai cũng bận bịu. Rủi nghe thầy phát âm hơi cứng thì cũng thông cảm. Thầy vốn xuất thân dân Pháp văn, dạy được thế là tốt rồi. Sử lại không bon chen, không hề có ý niệm "phải tiên tiến" hay "đạt điểm thi đua". Lớp Sử chủ nhiệm luôn đứng hạng chót toàn khối. Thao giảng thì Sử cũng không cần đánh giá tốt, cho trung bình cũng được! Sử an nhiên sống theo "hạnh an nhi" ấy, như một đứa trẻ, bỏ ngoài tai mọi lời dèm pha, phê bình. Nhưng bù lại chàng đàn rất hay, hát rất ngọt, nên các cô giáo rất thích. Hội diễn văn nghệ nào cũng kéo chàng tham dự, thay mặt cho tổ, cho trường… Những đêm hội trại, chàng ôm đàn hát đến khuya, cô nào cũng thích mon men đến nghe, dù không tránh khỏi phê bình "hay hát nhạc vàng. Cần củng cố quan điểm văn nghệ quần chúng".

Mặc. Sử sống phớt đời. Người phê bình chàng nặng nhất là cô Thu, phụ trách Đoàn Thanh niên, nói chàng không làm gương cho học sinh, hay đàn đúm, thiếu tác phong sư phạm, la cà quán xá, lề mề… Có lần chàng hỏi gặng Thu: "Sao, cô muốn tôi thành người máy hả? Tôi phải sống như một con người". Thu quắc mắt nhìn chàng "Tôi sẽ đưa anh ra kiểm điểm trong Đoàn và Chi bộ sẽ có ý kiến với anh vì tác phong "tiểu tư sản" miền Nam chưa gột rửa được!". Nói vậy thôi chứ trường đang cần giáo viên có khả năng văn nghệ mà Sử thì lại rất tài hoa. Ngoài âm nhạc, chàng còn biết trang trí và vẽ bằng phấn những tiêu đề rất đẹp cho trường trong những ngày lễ. Thầy hiệu trưởng có lần phải vỗ về cô Thu "Con ngựa chứng thường có tài em à! Thôi kệ cứ từ từ uốn nắn hắn. Văn hóa mới cần có thời gian thẩm thấu. Cô Thu hạ quyết tâm "chuyển hóa" chàng. Nhưng Sử có cần biết cái gì là văn hóa mới đâu? Chàng vẫn ôm đàn trong những đêm sinh hoạt chung mà hát "Bay đi cánh chim biển" hay "Em còn nhớ hay em đã quên" trong sự ngưỡng vọng của đám học trò mới lớn. Trong lớp chàng kể cho các em nghe những bi kịch của Shakespeare, Corneille, những tác phẩm của Victor Hugo, Balzac, những câu chuyện kể của Alexandre Dumas hay Georges Sand… Chúng nghe mê mẩn vì cảm thấy chàng đã mở cả một bầu trời bao la cho tuổi trẻ như những cánh chim non bay vào… Chàng dịch những bài thơ lãng mạn Anh như của John Keats, Byron.., Pháp như của Chateaubriand, Lamartine, Alfred de Musset,… rồi đọc cho học sinh nghe. Khi chàng kể hay đọc, các em như thấy cơn mưa rào sau những cơn nắng hạn với nền văn học mà các em đang học trong nhà trường. Cứ như thế dù bị công kích, phê phán về thói lề mề trong sổ sách, lè phè trong sinh hoạt thì chàng tỏ ra "vô hại" cho mọi người, nếu không muốn nói chỉ mang tới sự sảng khoái và niềm vui qua tiếng hát, qua những câu chuyện duyên dáng… Từ một thầy giáo tiếng Anh tay ngang, chỉ sau 3 năm chàng được đưa lên dạy thế cho một cô giáo nghỉ hộ sản ở lớp 12. Và chàng đã gặp Châu, cô bé lớp phó học tập, lanh lẹ, nghiêm nghị, cặp mắt to, tròn, như hai viên bi. Châu có nhìn xoáy vào người đối diện, nửa như dò xét, nửa như bỡ ngỡ nên người ta vừa sợ vừa mến. Châu học rất giỏi, nhưng Châu ít khi khi hài lòng với những gì đã học trên lớp, luôn tìm tòi và đặt câu hỏi trong giờ học, sau giờ học. Chàng lại được giao chủ nhiệm lớp Châu. Mẹ Châu có sạp ở chợ, nên kinh tế gia đình tương đối khá giả. Một lần bà đến trường gặp chàng và nói thẳng: "Tôi nghe cháu Châu khen thầy giỏi lắm. Năm nay là năm thi của cháu, tôi muốn thỉnh thầy về nhà dạy thêm cho cháu được không?". Sử trả lời ngay "Nhà trường có mở lớp phụ đạo cho mấy em yếu, Châu thuộc loại giỏi, chắc khỏi cần học thêm".

Bà khẳng khái nói luôn "Giỏi là giỏi trong lớp thôi. Tôi muốn nhờ thầy làm một công hai chuyện, dạy cho cháu giỏi để thi tú tài và vào đại học, sau này nếu có đi nước ngoài thì tiếng Anh cũng phải khá mới học tiếp được. Thầy đừng ngại vấn đề thù lao. Nhà tôi rộng. Cháu có phòng học riêng, yên tĩnh. Tôi chỉ có hai đứa con thôi. Châu là con gái lớn".

Sau lần nói chuyện ấy, bà luôn nói Châu mang cho chàng lúc thì ít chả lụa, ít chà bông, lúc thì chục trứng gà một cách kín đáo đến phòng dành cho giáo viên nội trú. Trước thiện ý ấy, cuối cùng, Sử đồng ý nhưng với một điều kiện: “không nhận thù lao”.

Và thế là bắt đầu những buổi tối Sử đạp xe đến nhà Châu dạy thêm. Nàng rất thông minh làm chàng nhiều khi toát mồ hôi giải đáp vì tiếng Anh cũng chỉ là sinh ngữ hai của chàng. May sao kiến thức chung về ngôn ngữ của chàng khá quảng bác do chàng đọc rất nhiều.

Một thầy một trò khá tâm đắc do Châu hiểu rất nhanh những điều thầy dạy. Những khi nghỉ giữa giờ, chàng hay kể chuyện cho Châu nghe. Một lần khi kể câu truyện Love Story của Erich Segal, thấy Châu rướm nước mắt, chàng vội vàng xin lỗi. Nhưng Châu chỉ nói: “Tình yêu buồn vậy sao thầy?”. Sử vội đính chính “Không, có nhiều chuyện tình đẹp lắm chứ, mà vui nữa kìa nên người ta mới chúc nhau “Trăm năm hạnh phúc”. Có hôm đang giảng bài bắt gặp ánh mắt Châu nhìn mình khác lạ, chàng rùng mình vì hỏi hai lần nhưng Châu vẫn không nghe kịp câu hỏi. Tâm trí nàng phiêu du dù đang chăm chú nhìn chàng. Châu hỏi: Thầy, nghe nói thơ Hàn Mặc Tử hay lắm hả thầy? Đọc em nghe thử mấy câu đi thầy? Và Sử đọc bài Đây thôn Vỹ dạ.

Châu vội vàng chép xuống, nàng thích nhất đoạn:

Mơ khách đường xa, khách đường xa
Áo em trắng quá nhìn không ra
Ở đây sương khói mờ nhân ảnh
Ai biết tình ai có đậm đà?

Châu hỏi mượn thơ, Sử về phòng tìm tủ sách của mình may sao còn có cuốn “Thi nhân tiền chiến” và mấy tờ báo “Văn” ngày xưa cho Châu mượn. Khi trái tim dù sắt đá, dù kín cổng cao tường thế mấy mà bị gõ đúng thần chú sẽ mở ra những chân trời kỳ diệu mà người ta không ngờ đến. Sử đã vô tình mở ra cách cửa ấy mà không biết. Một buổi tối, Châu có vẻ lơ đãng nói “Hôm nay em mệt, nhức đầu quá! Thầy trò mình nghỉ một bữa nhưng em muốn thầy hát cho em nghe, vì em biết thầy hát rất hay”. Và Châu đã chuẩn bị sẵn cây đàn. Sử hoảng hốt Mẹ em biết phiền lắm! Châu xua tay “Thầy yên tâm, ba má em đi về ngoại ăn đám giỗ xa lắm, khuya mới về tới.” Và Sử bất đắc dĩ phải đàn hát. Chàng không nhớ mình đã hát những bài gì nhưng hình như là Thu hát cho người; Bay đi cánh chim biển; Em còn nhớ hay em đã quên; Phôi pha ,...

Châu ngẩn ngơ khi nghe bài Bay đi cách chim biển với những ca từ dự cảm đầy bất trắc ngày mai:

Bay đi cánh chim biển hiền lành
Chẳng còn giấc mơ nào để giữ đôi chân em
Chẳng còn tiếng nói nào để trách cứ em
Khi mặt trời đậu trên đôi cánh vỗ ...
....
Đất trời rộng sao em không bến đỗ

Một ngày nọ, Châu đưa chàng xem Lưu bút. Các bạn đều đã ghi xong, ngoại trừ phần dành riêng cho chàng ghi những dòng chữ cuối. Châu ép vài cánh pensée và ghi bên dưới một đoạn thơ của TTKH:

Nhặt cánh hoa rơi chẳng thấy buồn
Nhuộm ánh nắng tà qua mái tóc
Tôi chờ người đến với yêu đương.

Sử sững người. Có vẻ cô bé lãng mạn quá chăng hay mình đang tự tưởng tượng ra mê hồn trận. Chàng sợ mình hiểu lầm, gây nguy hiểm cho cả hai. Hôm sau đến giờ dạy, chàng vẫn tỏ vẻ bình thản nhưng Châu không còn tập trung học, không chú ý đến bài giảng. Bỗng dưng chàng bực bội: “Bữa nay em sao vậy? Đầu óc treo trên cửa sổ rồi sao?”. Châu phụng phịu, vẻ hờn dỗi. “Em mệt!”. Chàng hơi cáu “Vậy mình nghỉ sớm nhen?”. Châu nhỏ nhẹ “Em vẫn muốn nghe thầy giảng, hay là thầy kể chuyện tình yêu của thầy hay gia đình thầy cho em nghe đi”. Chàng cố nhỏ nhẹ “Lạ chưa kia, đang học mà đòi tán gẫu”. Sử biết tính Châu cũng không phải yếu đuối, chắc là bị cái gì đây? Lúc đó chàng chưa đủ tỉnh táo để nhận xét như ngày hôm sau khi trở lại. Chàng hơi gằn gắt Châu khiến cô bé buồn thiu. Trải qua một đêm suy nghĩ chàng cũng hơi hối hận vì thái độ hơi gay gắt của mình. Hôm sau chàng thấy Châu rất lạ. Nàng xức nước hoa thơm phức, lại đánh một lớp son hồng nhẹ lên môi. Sử hơi ngượng vì thấy Châu bỗng dưng đẹp lạ! Chàng giảng bài nhưng cố tránh ánh mắt của Châu vì ánh mắt ấy hôm nay cũng rất lạ. Buổi học trôi qua thật nhanh và chừng như không ai dám hỏi người nọ sao bữa nay "lạ" vậy? Chàng cứ nói và nàng cứ nghe, không phản ứng.

Đêm đó Sử trằn trọc, chàng không biết nên tiếp tục dạy Châu hay tìm lý do thoái thác vì tình hình coi bộ "căng" quá! Chàng mơ hồ thấy sắp có chuyện xảy ra mà lòng mình cũng xao xuyến chứ chẳng vững vàng gì. Rồi sẽ ra sao? Nếu mẹ Châu biết chuyện? Bà có đến trường xỉ vả chàng quyến rũ con bà hay đưa ra Hội đồng giáo viên xét xử, nơi có cô Thu, người mà hôm qua mới nói "Thầy coi chừng nữ sinh lớp thầy nha. Lúc này có mấy đứa điệu lắm đó!". Rồi còn học sinh lớp chủ nhiệm mới gay chứ! Không được, mình phải tỉnh, dửng dưng như không biết gì hết. Ít nhất cho đến khi Châu thi Tú tài xong là mình rút lui được. Mà rủi xảy ra chuyện gì thì cũng không còn trong trường, trong lớp nữa.

Nhưng ở đời nói luôn dễ hơn làm. Hôm sau khi đến nhà Châu, tim chàng bỗng dưng đập mạnh. Chàng hít một hơi bước vào thì nghe tiếng gọi của mẹ Châu: "Thầy Sử!". Chàng tái mặt. Chắc gay go rồi đây. "Cậu ngồi đây tôi hỏi cái này một chút?". Chàng nhỏ nhẹ dạ thưa luôn miệng, tay chân thừa thãi. Mẹ Châu chậm rãi nói: "Lâu nay cậu dạy thấy con Châu có tiến bộ không?". Chàng ấp úng rồi nói: "Dạ, có chứ. Em cũng giỏi mà!". "Nhưng tôi thấy lúc này nó lo ra chuyện gì đó, mấy ngày nay ngồi chép thơ với đọc thơ không hà? Tôi lo quá! Tôi muốn nó phải giỏi tiếng Anh để còn chuyện tương lai nữa chứ!". Sử trấn an bà: "Dì đừng quá lo để tôi cố gắng khuyên em tập trung hơn nữa." "Tôi nhờ Thầy vậy!". Nói xong bà bỏ vào trong lấy ra một cặp táp bằng da rất đẹp. "Tôi có cái này tặng thầy, về nhà hãy mở ra. Mong thầy nhận vì thầy quá nhiệt tình mà con tôi nó lại lơ đãng quá!".

Sử không biết nói sao, ban đầu chàng cố từ chối nhưng bà nói mãi, chàng đành phải nhận cái cặp mà lòng không vui, còn lo thêm vì biết đâu mình chính là kẻ làm cho cô bé kia lơ đãng thì sao?

Cảm thấy như kẻ sắp phạm tội nên chàng lúng búng trong

dạn hơn, tỉnh táo hơn cho cái hôn thứ hai và những cái hôn sau đó. Họ không nói với nhau gì vì họ đã nói bằng nụ hôn. Tất cả. Đèn bật sáng. Có tiếng chuông cửa. Ba má Châu về. Họ buông nhau ra ….

Mấy ngày sau đó, mẹ Châu nhắn chàng qua nhà. Chàng tính không đến vì sợ chuyện vỡ lở. Nhưng không, bà ghé qua phòng trọ của chàng và nói: "Thầy mở cặp tặng hôm bữa chưa?". "Dạ chưa, vì chưa xài đến." "Thầy mở ra đi nhen. Sẵn nhờ thầy dạy cho cháu nó thi vào Đại học chuyên Anh luôn".

Sử bàng hoàng khi thấy trong cặp táp là một phong bì kèm lời ghi bên ngoài; "Thầy phải nhận nếu muốn là thầy con gái tôi. Số tiền này không đáng là bao nhưng hy vọng hỗ trợ thầy phần nào trong cuộc sống. Cảm ơn thầy vô cùng." Một số tiền mà chàng nằm mơ cũng không có được vì nó gần bằng 10 tháng lương của chàng, kèm theo một cái đồng hồ rất đẹp.

Vậy là họ có cớ gặp nhau một tuần 3 buổi tối. Những tháng ngày sau đó là những tháng ngày hạnh phúc vì sau mỗi buổi học, họ lại hôn nhau trước khi ra về. Có khi họ kết thúc lớp sớm hơn để có thời gian tâm sự và hôn nhau. Sử biết mình đang đùa với lửa vì Châu còn nhỏ quá mà chàng thì nghề nghiệp không đủ nuôi thân làm sao lo toan cả một gia đình. Thôi thì liều mạng theo lý sự của những kẻ yêu nhau. Có những buổi tối học xong sớm, Sử thường ôm đàn và hát cho Châu nghe. Có lần Châu muốn Sử hát nhạc nước ngoài. Sử biết nhiều nhạc Pháp nhưng Châu không hiểu nên chàng chọn một bài nhẹ nhàng bằng tiếng Anh khá nổi tiếng lúc đó. Bài Smoke gets in your eyes. Châu nũng nịu đòi Sử dịch sang tiếng Việt vì nàng không hiểu hết lời bài hát (Hay nàng giả vờ?). Sử vui vẻ dịch, đến đoạn:

Có một ngày người ta bảo những kẻ đang yêu là những kẻ mù lòa
Khi trái tim rực lửa tình là khi em nhận ra khói vương vào trong mắt …
They said "someday you'll find all who love are blind"
When your heart's on fire,
You must realize, smoke gets in your eyes

Châu mỉm cười nói khẽ vào tai chàng: "Mình đang mù

phải không?".

Sử gật gù "Chỉ lòa thôi!". Và họ cùng cười với nhau. Lại một buổi tối qua mau. Những lúc đùa vui, Châu đề nghị Sử xưng Trẫm để nàng được gọi là Ái khanh. Có lần mẹ Châu nghi ngờ, gõ cửa hỏi "Sao thầy trò có gì vui quá vậy?". Rồi bà bỏ đi.

Rồi hai tháng sau Châu thi đại học, còn Sử về Sài Gòn nghỉ hè. Đêm chia tay đầy nước mắt và nụ cười, không thiếu những nụ hôn say đắm. Họ hứa sẽ gặp nhau khi trở lại.

Nhưng định mệnh lại đi vào một khúc quanh tàn nhẫn nhất khi Sử trở lại. Đến nhà thăm Châu mới hay tin gia đình buộc Châu vượt biên. Bà giúp việc đưa cho Sử một cuốn vở, nói "Đêm trước khi vượt biên, cổ đưa cho tôi cuốn tập nói gửi cho thầy."

Đến đêm khi về phòng, Sử mở ra thấy một tấm hình chụp Châu nhìn nghiêng, sau lưng vẫn là bốn câu thơ Nhã Ca:

Tôi làm con gái / Một lần yêu người / Một lần mãi mãi / Bao giờ cho nguôi …

Trang sau nàng cột một nhúm tóc dán vào trang giấy. Mặt sau nữa là những cánh hoa pensée ép sát vào trong vở …

Bấy nhiêu đã khiến Sử bồi hồi. Rồi chàng nghe tin Châu bị bắt giam ở trại A 30. Quá mừng, Sử tính chuyện thăm nuôi nhưng Lộc, em Châu đạp xe tới nhà báo Chủ nhật tới Châu sẽ trình diễn văn nghệ ở xã Hòa Thắng, cách thị xã khoảng 15 km.

Rồi cũng đến ngày Sử được xem Châu trình diễn. Đoàn Văn nghệ tù nhân A 30, nghe đâu có cả ca sĩ, nhạc sĩ, họa sĩ, trí thức gạo cội trong số đó.

Công sức cong lưng đạp xe 15 km đường lồi lõm toàn ổ gà về đến Hòa Thắng xem trình diễn gần như công cóc vì chỉ thấy Châu xa xa trên sân khấu, dáng hơi gầy. Nàng có vẻ hốc hác. Nhưng tiết mục của Châu và các bạn diễn khá hay. Bài múa "Giã gạo đêm trăng" khá hấp dẫn, Châu nhẹ nhàng nhún nhảy, khác xa dáng vẻ tiểu thư chậm chạp khoan thai khi ở nhà. Nhưng điều khiến Sử đau lòng nhất là khi trình diễn xong, khán giả vỗ tay rần rần kêu hát tiếp thì chỉ thấy Châu giơ tay vẫy rồi khuất sau cánh gà khi quản giáo ra gọi vào. Thế là hết! Hè năm sau, Sử dự định chuyển công tác vào Sài Gòn, vì chàng phát hiện tình cảm của cô Thu đã chuyển từ "ghét bỏ" sang "quyến rũ" theo lối ép buộc chàng phải yêu cô ta nếu muốn yên thân. May sao có người quen giúp đỡ nên chàng nhận Quyết định khá nhanh, chỉ sau 3 tháng. Trước khi đi, chàng ghé tìm Châu nhưng nàng chưa ra khỏi trại giam. Thất vọng, chàng ghi lại địa chỉ nhà ở Sài Gòn cho Lộc em Châu và nhắn có gì thì liên hệ với anh ở địa chỉ này nhen. Nhưng rồi chẳng ai liên hệ. Trong một lần ghé qua Tuy Hòa sau đó nhiều năm, chàng chỉ nghe kể rằng Châu ra tù không muốn vượt biên nữa nhưng gia đình ép buộc dữ dội đưa nàng xuống Cà Mau và lần đó chuyến đi trót lọt. Cuối cùng Châu đã định cư ở Mỹ. Còn Sử sau khi trì hoãn lần lữa cũng phải lập gia đình vì mẹ chàng muốn có cháu ẵm bồng. Huống gì ngóng tin người phương xa lúc đó xem chừng diệu vợi.

Sử thở dài khi kể đến đoạn cuối. Chàng đã về họp lớp chủ nhiệm 38 năm sau ngày ra trường cũng là kỷ niệm 55 năm ngày thành lập trường. Cảm giác buồn vui lẫn lộn. Nhìn lũ học trò nay đã làm ông bà, có đứa tóc bạc hơn thầy, vẫn "dạ thưa" cung kính. Lòng chợt vui khi nhớ một thời người ta lớn lên trong lễ giáo. Buổi tối sinh hoạt lớp, sau bữa tiệc, Thoa, cô bé trưởng lớp ngày xưa nói nhỏ với Sử: "Thầy ơi, có một cô bé muốn gặp thầy." "Ai vậy em?". Cô bé bước đến "Chào Thầy". Cô khoảng trên 20, cặp mắt to đen. Sử giật mình, ngờ ngợ như bắt gặp một chút gì thân quen từ lâu. Cô bé lễ phép nói "Dạ, thưa thầy, con là Ái Khanh, tên thường gọi là Cathy Nguyễn, con của mẹ Châu, ngày xưa là học trò Thầy." Sử giật mình. Điều chàng ngờ ngợ là đúng. Vẫn nét môi ấy, cặp mắt ấy, sao mà giống thế? Chàng trấn tĩnh "Con giống mẹ con quá! Mẹ con có về Việt Nam không?". Ái Khanh ngập ngừng rồi nói: "Không, thưa thầy. Mẹ con không thể về được nữa. Nghe tin họp lớp, họp trường trên Facebook. Mẹ sai con về. Con đến đây là để gặp thầy, gửi thầy một món quà lưu niệm mà mẹ nhắn phải tìm cho bằng được, trao tận tay cho Thầy." Ái Khanh đưa cho Sử một cuốn vở. Lại vở, sao giống quyển Lưu bút ngày xưa thế? Sử cầm lấy nhưng vội cất đi. Chàng sợ những kỷ niệm tưởng rằng quên lãng hôm qua lại trở về bủa vây trùng trùng tâm trí. Chàng ngần ngại. "Sao mẹ con không về?". Ái Khanh xúc động nín lặng hồi lâu mới nói "Mẹ con không thể về được nữa vì mẹ bị ung thư giai đoạn cuối." Sử lặng người. Nghiệt ngã! Thoa bỏ ra ngoài để Ái Khanh tâm sự với Sử. Khanh nói cho đến bây giờ mới biết mẹ có một mối tình với thầy, người đàn ông bí ẩn mà nhiều lần Khanh nghe mẹ kể sơ sơ nhưng hỏi thêm thì Châu từ chối. Cuộc hôn nhân của nàng không hạnh phúc vì nàng lấy chồng vội vã khi bơ vơ trên xứ lạ. Phải kết hôn với ai đó để tồn tại và chạy trốn cô đơn. Nhưng nàng đã lầm khi gặp một gã cũng vượt biên như nàng nhưng tính tình lỗ mãng và thiếu tế nhị. Khanh kể mẹ đã khổ vì cha như thế nào. May là bên Mỹ chứ ở Việt Nam chắc mẹ con cũng no đòn vì ba con cộc cằn lắm! Khanh nói: "Mẹ chịu đựng vì còn mang trong mình nền tảng giáo dục truyền thống Việt Nam chứ như tụi con bây giờ là "divorce" ngay! Nhưng khi tụi con lớn, Mẹ quyết định chia tay. Và buồn thay, chỉ hưởng được tự do mấy năm thì mẹ vướng phải căn bệnh hiểm nghèo. Trước khi con về, mẹ đã kể về thầy và cho biết đó là người duy nhất mẹ yêu thương cho đến bây giờ. Mẹ đã muốn về Việt Nam tìm thầy trước khi lấy chồng nhưng nhiều người ngăn cản... Rồi đến khi lấy chồng, một lần nữa mẹ muốn ly dị bay về nước tìm thầy nhưng sợ không còn xứng đáng với thầy nữa. Nhất là khi có con và em con nữa! Mẹ có hỏi các bạn về thầy nhưng tin tức quá ít ỏi. Chuyến này nếu không bệnh mẹ thế nào cũng về. Mẹ nói "Gặp thầy một lần rồi chết cũng được, nhưng không còn hy vọng nữa, Thầy! Mẹ có một yêu cầu với thầy. Mong thầy hát hay nói gì đó để con thâu hình và tiếng đem về cho mẹ xem. Sẵn mấy cô chú trong lớp đang hát hò vui vẻ, thầy hãy hát một hai bài cho con thu hình và âm thanh nhé!". Sử suy nghĩ hồi lâu rồi gật đầu. "Thầy già rồi, giọng nhão nhẹt à!". "Ai chẳng già thầy ơi". Mấy đứa trong lớp nhao nhao lên. Tụi em còn già hơn thầy nữa kia!".

Thoa nói nhỏ vào tai chàng "Chuyện thầy với Châu em với một số bạn trong lớp sau này cũng biết. Trước khi vượt biên, Châu buồn lắm, có kể cho tụi em nghe dù sơ sơ nhưng tụi em suy đoán thêm. Học trò mà! Quỉ lắm thầy ơi!".

Đêm đó Sử uống hơi nhiều. Chàng chỉ nhớ hình như mình hát bài "Bay đi cánh chim biển" (Đức Huy). Chàng hát 2 lần đoạn "Em đã muốn ra đi nhiều lần

Trời lên tiếng kêu gọi và gió reo tên em / Trùng dương vỗ sóng về để đón bước em

Quay mặt lại nhìn nhau một lần cuối".

Lũ bạn của Châu chưa chịu, bắt Sử hát thêm một bài. Có đứa đề nghị thầy hát "Anh còn nợ em" (nhạc sĩ Anh Bằng) vì gợi nhớ Tuy Hòa. Và lần đầu Sử ôm đàn hát bài hát này để Khanh thu âm và ghi hình đem về cho mẹ:

Anh còn nợ em / Chim về núi Nhạn / Trời mờ mưa đêm ....

Anh còn nợ em / Nụ hôn vội vàng / Nắng chói qua song .....

Và còn nợ em/Cuộc tình đã lỡ /Anh còn nợ em…

...

Tiếng hát lênh đênh trôi vào đêm, giọng Sử như nhão ra, như nghẹn lại, dù anh đã cố gắng kềm chế cảm xúc trước mặt học trò. Hình như Ái Khanh khóc. Cô nhớ và thương Mẹ, một đời long đong chìm nổi...

Đêm ấy, Sử mở món quà của Châu thì lại bắt gặp hình ảnh quen thuộc ngày xưa: bức hình chụp nghiêng và bốn câu thơ Nhã Ca, như trong cuốn tập mà chàng đã làm mất trong những năm tháng mưu sinh trên đất Sài Gòn. Vẫn cánh hoa pensée, nhưng có thêm một số hình ảnh sau này khi nàng sang Mỹ. Chụp một mình. Sau một bức hình đứng trên bờ sông Potomac, nàng ghi bốn câu thơ Trần Dạ Từ có "cải biên một chút".

Lòng nhớ, lòng thương, lòng ngại ngùng/ Bây giờ em cách núi xa sông/ Bài thơ từ thuở trăng mười tám/ Mười tám trăng chờ anh biết không?

Chia tay lớp và Ái Khanh, Sử trở lại Sài Gòn. Tâm hồn nặng trĩu không hiểu vì quá khứ còn lung linh nguyên vẹn tình nồng hay thương cho một người yêu ngày xưa bạc phận. Phải chi cô ấy hạnh phúc, mình cũng đỡ suy nghĩ mông lung.

…..

Sử rót đến ly bia thứ bảy hay thứ tám gì đó. Tôi nói: "Coi chừng say nhen ông "bạn".

Quay lại nhìn tôi, Sử hỏi "Chuyện mình vừa kể với ông có ủy mị có sến không ông? Tôi đã vất đâu mất quyển vở đầu tiên Châu đưa tôi khi đi vượt biên. Bậy ghê! Đàn ông mình vô tâm ghê ông ạ!". Hồi lâu, Sử nói tiếp "Sau này tôi có tìm hiểu về hoa pensée thì biết rằng có tên gọi violet là biểu tượng của "tính khiêm tốn", và "sự chung thủy". Người Hy Lạp chọn bông hoa có hương thơm nhẹ nhàng cổ điển này để làm bông hoa của thần Aphrodite, nữ thần của tình yêu và sắc đẹp. Hoa violet này đã thể hiện được một sự e ấp, rụt rè, thêm chút xấu hổ của người con gái như là những cánh hoa mỏng manh."

Sử quay sang cậu bé bưng bàn "Con lấy cho chú mấy điếu thuốc. Thuốc gì cũng được!".

Tôi ngạc nhiên "Sao hôm nay lại hút thuốc, bạn bỏ lâu rồi mà!".

"Bữa nay tự dưng thèm ông ạ!". Sử nói mà không buồn nhìn lên.

Sử lại quay sang hỏi chú bé giúp việc: "Quán có nhạc không cháu, mở lớn lên đi. Tôi biết Sử không bao giờ ưa mở nhạc ồn ào, mà thích nghe hòa tấu hơn, nhưng hôm nay sao đổi tánh đổi nết, lạ!

Nhạc vang lên trong quán. Sử lấy tay gõ nhẹ xuống mặt bàn. Giọng Tuấn Ngọc cao vút cất lên. Sử thừ người, vu vơ nhìn ra phía trước.

Tình yêu như nắng, nắng đưa em về, bên giòng suối mơ/
Nhẹ vương theo gió, gió mang câu thề, xa rời chốn xưa….
Em đã xa xôi, tôi vẫn chơi vơi, riêng một góc trời/ Người yêu dấu, người yêu dấu hỡi/…Nụ hôn đã mơ say, bờ môi ướt mi cay, nay còn đâu?/
Tìm đâu thấy, tìm đâu thấy nữa/ Khi mùa đông về theo cánh chim bay/ Là chia cách đôi nơi, là hạnh phúc rã rời, người ơi!/
…Gọi tên em mãi, trong cơn mê này, mình nhớ thương nhau.

Chàng rít một hơi thuốc thật dài, nhìn ra hướng sông hiu hắt ánh mặt trời đang xuống dần, trải dài mênh mông, rồi từ từ nhả khói, tan vào khoảng không. Tôi đùa "When a lovely flame dies, smoke gets in your eyes." (*).

Sử nhếch mép cười, khóe mắt rưng rưng .....

NGUYÊN CẨN

(*) Khi lửa tình đã tắt, khói còn vương trong mắt

Lời bài hát "Smoke gets in your eyes" là bản nhạc viết bởi nhà soạn nhạc Hoa Kỳ Jerome Kern và người viết lời Otto Harbach cho musical Roberta 1933.

NGUYỄN THỊ KHÁNH MINH
PHÚT NGỪNG LẠI CỦA THỜI GIAN VĨNH CỬU

Anh dắt em vào dòng sông trắng
Đêm thẳm xanh
Có ánh mắt của đàn trẻ lảnh lót sao trời
Đồng ca bài ánh sáng
Cọng cỏ cành lau viên cuội bên triền sông
Ngẩng cao đầu hát
Đêm giấu chúng ta trong vòm khuya êm ái
Tưởng như không bao giờ qua
Không bao giờ tàn
Ánh đom đóm đựng đầy trong váy trắng
Mầu sắc của thời thơ ấu
Như thoát ra khỏi những đổi thay
Chúng nhìn ta hối tiếc
2.
Qua tinh thể lấp lánh
Nhìn nhau
Hạt sao hiếm hoi trong mắt em
Đong đưa. Say sưa
Phút rộng lượng nhất của thời gian
Chiếc phong linh réo gọi
Gấp rút. Như thể nó không kìm nổi
Phút hứng khởi của gió
Như ta. Hối hả. Sống
Khi những giác quan thức dậy

Đêm khép lại
Bước tới rất nhẹ nhàng
Tia nắng non nhất của ngày
Lấy được từ sự bỏ đi của những đám mây đen
Ánh lên màu hoa vàng năm tháng
Trong hồi hộp tuyệt vời
Chúng ta được bắt đầu
nơi ngừng lại của thời gian vĩnh cửu
Có phải đó là thời gian miên viễn anh hẹn em?
NGUYỄN THỊ KHÁNH MINH - 3.2021

NGUYỄN THỊ KHÁNH MINH
Trịnh Y Thư, cuộc chiến giữa ký ức và sự lãng quên

Phế tích của ảo ảnh, nhan đề một tập thơ của nhà thơ Trịnh Y Thư, do Nhà xuất bản Văn Học Press ấn hành năm 2017 tại Hoa Kỳ. Một nhan đề chất chứa không biết mấy lớp không gian và thời gian, không biết mấy thức của cảm xúc; nó như một sợi chỉ mà khi kéo ra chỉ thấy vô tận. Điều gì làm hoang mang và quyến rũ tôi đến vậy? Chữ "Phế tích" tác giả dùng cho "Ảo ảnh" khiến cảm xúc cuốn theo chiều hút của vực thẳm, trong đó nỗi hoài niệm treo lơ lửng trên dốc thời gian, lịch sử và thân phận, như một thách thức.

Ở đây tôi chỉ lạm bàn ý nghĩa văn chương của cụm từ này theo cảm nhận của tôi khi đọc thơ Trịnh Y Thư, mà không theo ý nghĩa giáo khoa từ điển.

Nhìn từ nội dung tập thơ, "Phế tích" khơi gợi hình ảnh đầy xô lệch của quá khứ, những chấn thương của tâm hồn. Và "Ảo ảnh" là cách gọi về những điều giống như thật, hầu xoa dịu, với khát vọng vừa phủ nhận vừa lưu giữ. Và ai ngoài Thơ, lưu giữ, giải mã những nghịch lý ấy?

Sự nghịch lý trong nhan đề lại là một gợi mở cho tôi khám phá. Trong bài viết "*Tại sao chúng ta làm thơ?*", Trịnh Y Thư từng bộc lộ sự đồng ý của ông với câu nói của nữ sĩ Emily Dickinson *"Hãy nói lên Sự Thật nhưng hãy nói một cách nghiêng lệch."* Như thế hẳn tôi được hiểu ông dùng "Ảo ảnh" để chỉ danh Sự Thật?

Con đường đi theo hoài niệm của nhà thơ, quả thật trần ai. Nếu tôi chạm được vào đường biên mỏng manh nào trong *Phế tích của ảo ảnh* của Trịnh Y Thư, thì hẳn tôi đã *Nghe* được tiếng rền của tâm hồn tan vỡ, tiếng thầm của ký ức được phủ lên cái áo bóng tối, thì hẳn tôi đã *Thấy* cái thật của ảo, thì hẳn tôi đã tường tận sự đào xới gốc rễ của lãng quên. Từ những ngõ quanh của dấu hỏi, tôi nghĩ mình phải nhìn ra được nỗi thao thức của tác giả khi đã dùng nhan đề như vậy cho tập thơ của mình. Dường như không nghi ngờ khi Trịnh Y Thư để câu của thi sĩ Charles Baudelaire *"Hoài niệm chỉ là hình thức khổ đau mới…"* ở đầu tập thơ, như một khẳng định cho hoài niệm mình.

Chỉ còn mớ ký ức thảm thương
làm hành trang cho những
chuyến hành hương tuyệt vọng.

Chuyến hành hương dù ngắn hay dài theo muôn dặm đời người, *chặng cuối là điểm khởi đầu?* Ý tưởng này khiến tập thơ *Phế tích của ảo ảnh* mang nhiều màu sắc triết lý, vừa vô vi của Lão Tử vừa vô thường của Phật Giáo. Và là sức hút ở một người làm thơ đương đại như Trịnh Y Thư, ông dung hòa cả hai phong cách tưởng như trái ngược nhau: Tinh hoa của cuồng nộ và kiệt xuất của trầm tư cùng bộc lộ làm thơ Trịnh Y Thư xô vỡ những câu hỏi trực diện, và lặng lẽ tỉnh thức với những trả lời. Tôi thích phong cách này.

CÔ ĐƠN, MỘT PHẾ TÍCH LỪNG LỮNG TRONG CUỘC LỮ (Cho dù cô đơn cũng sẽ được hiểu là ảo ảnh)

Đó là cuộc lữ hành đối diện với quá khứ, lởm chởm phế tích: rêu phong tiếng thở dài của nghìn năm, dòng sông cạn trơ phế tích bóng tối, ban mai và huyền sử, tất cả trộn lẫn trong cuộc phát vãng Lãng Quên.

Rêu phong mái ngói ngày tôi trở lại
đốm chiều lập lòe ánh mắt
sâu ký ức mù đồng cỏ nương ngô

nghe như tiếng thở dài từ nghìn năm
bồi hồi dòng sông cạn.

Sau những bước dài cuộc viễn du
chặng cuối là điểm khởi đầu
nhức nhối những bào ảnh
bóng tối thê lương
ban mai hừng rỡ như mang dấu ấn tội đồ
phát vãng từ thần kỳ huyền sử.
(Phế tích của ảo ảnh/ 1)

Cái khốc liệt trong cuộc mất mình của Trịnh Y Thư là luôn bị dội lại âm vang của cuộc chiến trên quê hương mình, một cuộc chiến mà mỗi tên gọi là một vết sẹo tang thương của bao phận người Việt Nam. Có một cái nhìn vừa khôi hài vừa chua chát trong tang lễ người lính sau chiến tranh, tâm trạng bi hài ấy là phản ứng sau bao lần bị sự thật và lý tưởng chà đạp:

… Người lính già hôm nay đã chết mặt trận yên tĩnh nhưng linh hồn anh không yên tĩnh tôi nhìn anh lần cuối trong quan tài bộ quân phục thẳng thớm như thể người ta vẫn ra lệnh cho anh tiếp tục chiến đấu dưới đáy ngục sâu… (Phế tích của ảo ảnh/ 7)

Trong trận địa ấy, Trịnh Y Thư đã xoay sở gần như trăm phương nghìn kế – … *dầm mình trong hồn nhiên, say sưa thư trang cồn tịch, đánh mất cả ảo ảnh, đuổi bắt trên một trận đồ khốc liệt*, có *bỏ chạy*, có *gục ngã* – giữa vây hãm muôn hình trạng của phế tích, mà chỉ một cái quay đầu hay *ngồi phệt dưới thềm nhà* là *trần gian hóa thạch*, như thể không viện lý do để dừng lại. Phải tiếp tục thôi cho dẫu trong hỗn độn phế tích tua tủa gai, thứ quái thai ký ức mọc lên từ súng đạn không ngớt vang tiếng nổ. Một thứ lịch sử như vết hằn dấu đinh trên thân thể tận thế của loài người, và vì trong những tượng đài trí nhớ nó đã thuộc về vĩnh cửu, nên nó không được quên, không được phép quên. […] *Người con lịch sử khuôn mặt ngươi ở đâu… bên dưới những nấm mồ oan khốc….*

Tôi cũng thử dầm mình trong hồn nhiên
bông núi bay về lả tả mái hiên nhà
đêm thư trang say sưa cồn tịch
hay ngất ngưởng đi giữa rừng sao.
[...]
Nhưng tôi biết đấy chỉ là ảo ảnh
một trận mưa chẳng thể xóa nhòa ký ức
chẳng thể rũ bỏ quá khứ
như ném vào bãi phế thải
một món đồ hư hỏng dư thừa.
[...]
Khi dòng sông cất tiếng hát tôi bỏ chạy
bên tai tôi trận bão lá tràn về
đuổi bắt trên một trận đồ khốc liệt
như thứ ngôn ngữ chiến tranh
đóng đinh vào tận thế.
(Phế tích của ảo ảnh/ 1)
[...]
Chân trần vượt qua bãi mộ
có lúc bước chân tôi ngã gục
với gai nhọn và cạm bẫy đợi chờ.
(Ẩm *ướt*)
[...]
cửa mở nhưng tôi chỉ biết ngồi phệt
dưới thềm nhà
uông uông cơn ảo vọng
một trần gian hóa thạch.
(Phế tích của ảo ảnh/ 6)

Trịnh Y Thư đã mượn ảnh ảo hay ảo ảnh để đánh lừa cái phế tích mồn một kia, dưới ánh nhìn của một người, luôn hình như, đứng giữa đời sống và mộng tưởng, chiêm nghiệm sự tan biế cùng nhặt nhạnh vết tích của những điều đã xảy ra, dù ông khẳng định, một quá khứ không thể rũ bỏ, một ký ức không thể xóa? Như bình minh và hoàng hôn, không còn là khái niệm thời gian nữa mà là cường độ đo nhớ quên cái không-thời-gian, dư chấn của bao lần thất lạc. *[…] như một kẻ hành hương lạ thất lạc/ trong ngôi đền không có nổi một lư hương…*

Thậm chí tôi đánh mất cả ảo ảnh
như buổi chiều hôm hôn ám này
không nhớ bình minh
làm sao tôi hiểu được hoàng hôn
dù lịch sử trở về từ vĩnh cửu.
(Phế tích của ảo ảnh/ 1)

Tôi cũng mong một lần cho tất cả, *Phía bên kia bờ vực/ một đàn chim nhạn bay…* đường bay nhẹ nhàng không lưu dấu, *Chỉ còn sự cô độc/ ôi tôi yêu nó xiết bao…*

Và nhân vật Tôi trong tập thơ này, tự thân đã là một Phế tích của Ảo ảnh. Liên tưởng từ sự hoang liêu của nó, tôi thấy, tôi nghe, tôi hiểu, mùi hương vi huyễn của Kim Cang Kinh, *tất cả pháp hữu vi/ như mộng huyễn bọt bóng…*

TỘI ĐỒ TRONG TRẬN CHIẾN KÝ ỨC VÀ LÃNG QUÊN, VÀ NIỀM KHÁT KHAO TRÍ NHỚ

Nên không lạ gì, trên con đường khai quật phế tích là vực thẳm những mộ phần, và sừng sững vô ơn nhất: Sự Lãng Quên. Một sự Lãng Quên có tác động, có ý thức, nó đẩy đến tốc độ xóa sạch đường biên vốn quá mỏng manh của Quên-Nhớ. Rồi cái mà ta đã sống với nó như một cái kén là ký ức cũng ruỗng mục cùng với tâm hồn người cũng-gần-như-dần-thành-phế-tích. Lãng Quên và Ký Ức, hai "thực thể" đó cái nào là phế tích cái nào là ảo ảnh, thưa nhà thơ? Và nghệ thuật, văn chương luôn bị chúng dằn vặt để soi tỏ nỗi cô đơn trong hoài niệm cùng niềm khao khát trí nhớ.

Ký ức tôi đang rạn vữa
còn lại chỉ là sự lãng quên
dò dẫm bước đường về
trên muôn trùng bến lạ

canh cánh một tín điều mệt mỏi khôn kham.
[…]
Ký ức như mộ phần người chết
hãy để nó vĩnh viễn nằm dưới đáy ngục sâu
đào lên chỉ thấy toàn hồn ma
và xương xẩu kinh người.
(Phế tích của ảo ảnh/ 2)

Nhà thơ đang đi hành hương, một mình, nhặt nhạnh những mảnh phế tích ký ức, ghép cho hoàn thiện bức tranh lãng quên của con người.

Bến nước, ngôi đền, tưởng là cố cựu, tay bắt mặt mừng, nhưng dưới mắt kẻ tìm về, nó đã trở nên một thứ *cơ ngơi ảo hoặc thánh hóa,* có níu kéo, có hụt hẫng, và mất phương hướng… *cho tôi xin một hồi chuông/ để làm gì tôi chẳng biết…* Để thức tỉnh? Để phiền muộn, trách cứ? Để an phận với kẻ chiến bại: Sự Thật? Khi Sự Thật chỉ là một âm vọng không hơn không kém.

… bất chợt một góc trời điêu hao thành lũy
giữa muôn trùng cảnh lạ bến nước bủa giăng.
[…]
hiện hữu những cơ ngơi ảo hoặc thánh hóa
[…]
Dù tôi biết mình không còn chỗ chạy
không cả một tòa án giả hình
thu hẹp trong vòng tròn định mệnh
trên cả những giao ước biển lận trớ trêu.
[…]
Vẫn biết sự thật là tiếng vọng thiên thu
nhưng hãy cho tôi hòa giải
bởi cuộc chiến với ký ức
là cuộc chiến với sự lãng quên.
(Phế tích của ảo ảnh/ 2)
Gượm đã, Lãng Quên là phế tích của Ký Ức. Tôi tự hỏi

làm sao nhìn Lãng Quên như một ảo ảnh? Dường như có cả mối tương quan nhân quả, hay là một sự đồng dạng nữa, e rằng không có cuộc hòa giải nào dễ dàng đối với hai cuộc chiến vô hình cam go này, bởi vậy mà triệu tâm hồn tan vỡ đều tồn tại trong mình nỗi đau riêng, câm lặng. Sự thúc thủ ấy khác chi một tội đồ?

Cuộc chiến với ký ức
mới thực là cuộc chiến kinh hoàng
đốt cháy cả cuộc đời anh
vết thương mưng mủ
nhức nhối ngày đêm khôn dứt
và anh bất lực với chính sự bất lực của mình.
(Phế tích của ảo ảnh/ 7)

Trên dặm trường phế tích, ảo ảnh nào đã để lại vết thương của kỳ vọng? Trịnh Y Thư có trông cậy vào nó để phế tích nhẹ nhàng hơn là một chứng tích hiển nhiên, một thực thể vật lý, ví dụ như xã hội vô luân, con người với tâm hồn chằng chịt vết thương? Nếu ai đã từng chìm đắm đôi co với ký ức hẳn sẽ có kinh nghiệm tìm thấy cho mình câu trả lời khả dĩ đồng thuận với những trăn trở của tác giả trong tập thơ này.

Điều tôi cảm thấy và hiểu được ẩn dụ nghịch lý của tiêu đề *Phế tích của ảo ảnh*, như một lối tự vệ và hóa giải khắc khoải nội tại của tác giả. Và cho cả chúng ta. Để tha thứ, nhưng, tha thứ không phải là lãng quên, mà là định hướng nhân bản cho cuộc sống ngay bây giờ và tương lai. Điều ấy chỉ Thơ làm được.

những gì từng căm ghét
những gì từng trân trọng
bây giờ đều biến thành trò chơi
cầu vực của yêu thương thù hận
chẳng còn chỗ cho bất cứ
một phán quyết nào.
(Phế tích của ảo ảnh/ 10)

[…]
Để về đây viếng lại
ngôi cổ mộ u hiển điêu linh
nơi người sống và người chết
cùng nắm tay nhau ca hát.
(Bởi tôi không thể dừng lại nơi đây)
[…]
Ý thức xanh là lời mời gọi các linh hồn oan ương
nhưng không hề hối tiếc một thời đã sống
họ về đây bảo tôi
đã qua rồi
tất cả đã qua rồi
nước phù sa vẫn nhóc nhách
chảy ngang con trổ
luồn lách giữa những
chân lúa đang hăm hở đơm bông.
(Phế tích của ảo ảnh/ 10)

Tôi xin một lần cho tất cả, ý thức xanh xoa dịu oan khốc kiếp người.

TÔI VỐN LÀ KẺ LẠ/ KHÁT VỌNG HOÀI THAI

Trong bài phỏng vấn của Việt Báo năm 2020, có câu hỏi đề cập đến cấu trúc *đi xuyên thấu không-thời-gian để đem lại ý nghĩa sáng tỏ cho những điều cá biệt trong cuộc sống của Nhà thơ Arthur Sze với tập thơ* Sight Lines…, tôi đã trả lời:

"Bút pháp hữu hiệu nhất dùng huyễn ảo phi thực để bật ra cái trơ trụi thực tế. … Như nhà thơ Athur Sze, qua lăng kính tưởng tượng ông kiến tạo những hình ảnh cảnh báo về sự hủy diệt. Từ cảm xúc rất thơ mộng về những ngọn tulip xanh đang mọc lên, Sze vẽ ra một Black Center, với tất cả hình ảnh chụp bắt tức thì, xô đẩy nhau trong lời thơ tạo nên một bức tranh siêu thực, để nói rằng mớ hỗn độn ấy đang và tiếp tục xảy nếu lúc này không chấn chỉnh lại sự phát triển lệch lạc, phi nhân, ích kỷ. Ông kết một

sợi dây mơ mộng ngây thơ của ngọn tulip đang vươn lên (Black Center), hoa mận nở, mùi của ánh sáng (Spring Snow) với hiểm họa khủng bố và hủy diệt sinh thái, khiến thơ ông là một lời cáo buộc mạnh mẽ, mà không đánh mất nét diễm lệ của thơ. Đó cũng là cách mà tôi thấy các nhà thơ Việt Nam thể hiện, chỉ khác nhau ở sự liên tưởng, những hình ảnh đối chọi khắc nghiệt đến thế nào để bóc trần được những khác biệt tốt-xấu, an bình-nguy hiểm. Như trong tập thơ Phế tích của ảo ảnh *của Trịnh Y Thư, tôi cũng gặp bút pháp đi qua không-thời-gian này. Đan xen hình ảnh giữa một di sản bi thương – những người chết bị lãng quên nằm chen chúc dưới đám ruộng – bên cạnh cái nên thơ của hoa lúa, quả ổi xanh và nhịp chày ba, xô lên ký ức thời điêu linh trong hoa lúa, lúa ấy mọc lên từ những thân vùi bị bỏ quên kia. Hình ảnh tương phản ấy có hiệu ứng của một lời kết tội chiến tranh ẩn dưới cái đẹp não nùng của thi ca.”*

Hãy *đọc lại* những câu trong *Phế tích của ảo ảnh*:

Tôi trở về đây vòng quay của đất trời tê tái
thăm hỏi những con người bị lãng quên
nằm chen chúc
dưới đám ruộng
chiêm trũng
lúc giao mùa phất phơ.

Họ là ai tôi tự hỏi
những bản văn tự không ấn dấu
xung quanh một bến nước
có tiếng hát phù trầm
quay quắt một đêm mưa
hàng cau đánh sập sân từ đường
vỡ vụn những viên gạch
khép nép nghìn thu.

Trên nỗi đau phận người là những lời lừa phỉnh
dù bóng tối không bao dung

và nỗi khiếp sợ ngập tràn
nhưng hy vọng vào ngày mai
tia rực sáng vui đùa cùng cỏ cây
còn sự lừa phỉnh là bóng tối đời đời
nhốt chặt những linh hồn muôn kiếp
không cơ may cứu chuộc.
[…]
Nằm đếm sao trời đêm đêm
họ gửi chúng ta thông điệp gì
gia phả không đủ chỗ
viết những lời nhắn nhủ
cựa mình chạm vào rễ gai
trợn trừng hai hốc mắt
không – họ chẳng nói gì
bởi tất cả những điều cần nói
đã được nói ra
từ trước đó lâu lắm rồi.
(Phế tích của ảo ảnh/ 3)
[…]
Tôi nhìn thấy gì trong đôi mắt lá răm
ở nơi có ánh chiều tháng Chạp
và những quả ổi mơn mởn xanh
rầu rầu liếp mía
con giẻ cùi phụ họa
lời ru mái nhà nâu hiu hắt à ơi.

Miệng lúng liếng giọng luyến láy
những điều tôi không hiểu
chẳng sao cô gái ạ
tôi vốn là kẻ lạ
khát vọng hoài thai
trên những rui mè
ngôi nhà huyền sử
thất lạc trong chuyến đi tìm
quá khứ vong thân.

Bóng ma quá khứ không làm cô sợ hãi
miểng bom cắm trên hương thờ
trở thành linh thiêng
vẫn nhịp nhàng
như điệu chày ba thuở ấy
ngây tạnh một đêm mưa
nước trổ đòng đòng.
(Phế tích của ảo ảnh/ 4)

Cũng trong bài viết "*Tại sao chúng ta làm thơ?*", Trịnh Y Thư viết: "*Trong lúc sự hư ngụy, giả trá được tâng xưng lên làm chân lý, thì thơ ca vẫn lặng lẽ nói lên Sự Thật. Sự Thật của thơ ca là hy vọng cuối cùng cho con người tìm lại được sợi dây thắt buộc mình lại với nhau sau những phân liệt tranh chấp và hận thù.*" Những đoạn thơ *Phế tích của ảo ảnh* trên là một minh chứng rõ nhất cho quan điểm này của ông. Hình dung, ông nhìn thấy gì qua *chiêm trũng buổi giao mùa, trái ổi xanh, nhịp chày ba, đôi mắt lá răm*? Một hiện thực đẹp rực hơi sống lại trồi lên phế tích: những xác người đã bị vùi chôn từ thời súng đạn. Hai đối cực, một bên hừng hực sinh khí, một bên là tử khí từ xương khô, không có cách nào hơn là dùng cái đẹp lương thiện nhất của màu xanh ổi, đôi mắt lá răm để xoa dịu và bao biện cho cái đau trần trụi của chiến tranh.

Bạn thử ghép lại:
Những viên gạch nhà từ đường vỡ và Nghìn Thu.
Bóng tối và những tù nhân linh hồn.
Hai hốc mắt trợn trừng và vô vọng những thông điệp.
Miểng bom cắm trên hương thờ lại âm vang nhịp chày ba.
Sự thật và tiếng vọng bị giam hãm trong thiên thu.
Khát vọng hoài thai từ quá khứ vong thân.

Đó là những cặp phế tích và ảo ảnh được Trịnh Y Thư trưng ra như hai mặt của một tấm gương, phản chiếu những truân chuyên của bao thế hệ, đeo đẳng hành trang của người khách lạ trên con đường ruột thịt quê hương. Cảm giác "kẻ lạ" ấy, là một phế tích của hàng triệu thân phận lưu vong. Và khát vọng hoài thai là một ảo ảnh đẹp chưa từng, hoài thai để được nguyên vẹn của *Đêm mưa nước trổ đòng đòng*? *Để thời đoạn gian truân* chỉ còn là ảo ảnh mây trong *một buổi ngắm trăng suông…?*

Chỉ có Thơ mới đảm nhận sự hoài thai ngây thơ và ý nghĩa ấy.

Nơi tôi đứng chiều nay
những mái nhà nâu
những chiếc cầu lung linh bóng nước
ẽ tan biến cả và còn lại
chỉ là phế tích của ảo ảnh – rớt rơi.
(Phế tích của ảo ảnh/ 1)

Và, tôi nhủ thầm, *Nên quán tưởng như thế* (Kinh Kim Cang)

MỘT THOÁNG XANH VỀ TRONG LỆ XANH

Với cái khép lại của huyền diệu ảo hóa câu kinh, tôi muốn đi vào hạn kỳ đẹp nhất của vô thường, hạn kỳ xanh trong thơ Trịnh Y Thư.

Con nước chảy hoài bờ biên tái
một thoáng xanh về trong lệ xanh
tan đi giữa cõi mù sương ấy
hoa lê một nụ điểm trên cành.
Một mai trở lại với cồn sương
dùng dằng dăm bước ngẫm đoạn trường
phân vân nước chảy hồn nẻo ý
một nhánh phù dung cũng đủ thương.

Đến hạn tôi về trong mây thôn
trống chiêng không gọi đã khua dồn
đếm đi đếm lại chừng năm tháng
điểm tóc tro phai mặt mạc hồn.
(Phế tích của ảo ảnh/ 4)
[…]
Nghe trong cô quạnh tiếng mưa
rơi thầm vào những bến bờ mù tăm

ngoảnh trông mộ chí chỗ nằm mộng dư.
(Nghìn thu từ độ)
[…]
Chờ ngày hóa thân
cõi lạ vừa nằm xuống đã thấy biển xưa
cát trắng mái nhà nâu hàng dừa.
(Tháng ba, hãy trôi đi)
[…]
nghe tiếng tim mình thong thả
bởi tôi biết đó là
mộ phần tôi được tiên tri.
(Bóng tối)

Một vị lai tâm hồn đang chờ đợi sau nhịp tim thong thả ấy. *Vầng trăng cổ độ* được vớt lên từ *đại dương trầm tích* theo người về, dự phòng cho một không gian, ở đó, *một nhánh phù dung cũng đủ thương*?

Và nếu theo những lời mà Trịnh Y Thư nhắn nhủ: *Một mai về với mây ngàn/ Chỉ xin nhớ chút dịu dàng của nhau*, thì những câu thơ trên quả là ngàn cân dịu dàng mà người đọc sẽ mãi còn lay động.

… từ tốn tách cà phê buổi sáng
hay vội vã bữa cơm chiều
khoan hòa với giấc ngủ
mặc tưởng một vầng trăng
chỉ để mặc cả với bóng đêm
về những điều không có thật.
(Phế tích của ảo ảnh/ 10)
[…]
Tôi muốn mặc cả với đêm yên
hãy cho tôi đầu thai
làm hòn cuội
nằm yên dưới lòng suối này
đến thiên thu.
(Đêm yên)

Tôi tin người thơ là kẻ thắng trong cuộc mặc cả ấy để có cho mình sự thật, có cho mình sự bình yên trong suốt của viên cuội trong đêm yên.

Ôi, giấc mơ ư, ảo ảnh ư. Đó là vế nặng trĩu sức đam mê trong câu *Phế tích của ảo ảnh*. Nó nguôi ngoai được cái thê lương của "Phế tích." Nó là những liên tưởng mang ngụ ý, ẩn dụ, được Thơ phóng chiếu để người ta nhìn ra được hiện thực. Đó là dụng ý Trịnh Y Thư khi muốn quá khứ cùng sự im lặng nhẫn nhịn được cất lên tiếng nói.

Và "Ảo ảnh" – tấm khiên lãng mạn hóa niềm vô vọng – đây là thủ pháp tinh tế nhạy cảm bướng bỉnh của Thơ Ca mà Trịnh Y Thư đã thuần hóa nó với phong cách của riêng mình.

Và nghĩ cho cùng đa chiều, thì tất cả nghịch lý hàm chứa trong tiêu đề đã trở nên vô cùng thuận lý, nhất là khi ta đứng về phía của giấc mơ cùng sự lãng mạn cần thiết của nó, để ánh sáng dịu dàng của "Ảo ảnh" cứu chuộc những "Phế tích" ruỗng mục tâm hồn chúng ta.

Đừng đánh thức giấc mơ tôi
trong lúc ngửa mặt lên trời
hứng những giọt mưa đêm tháng Chạp
với hình ảnh duy nhất
là đôi mắt em.
(Mưa đêm tháng Chạp)

Nguyễn Thị Khánh Minh

(Upland, tháng 8.2025)
Bạn đọc có thể đọc một bài viết khác về Trịnh Y Thư của Nguyễn Thị Khánh Minh viết năm 2016, ở link này:
https://tranthinguyetmai.wordpress.com/2016/09/27/ trinh-y-thu-lang-nghe-hai-co/

SA CHI LỆ
ĐÓA VÔ THƯỜNG

Gió nghiêng nắng đổ mưa chiều lạ
Mặt trời giấu mặt lạnh hơi sương
Ngồi đếm hoàng hôn từng cơn gió
Nghe hồn gợn sóng bạc tương dương

Người hỡi về đâu theo cánh lá
Rơi chao ngơ ngác cõi vô hồn
Nhiều đêm ngồi xếp từng ngăn niệm
Lần xuống hoang vu nhặt hoàng hôn

Thương ta một đời nhai chữ nghĩa
Chí lớn cuộn tròn nghẹn nỗi đau
Máu ngược lên cơn quanh vết sẹo
Ươm mầm nước mắt đọng ngàn sau

Nhiều khi thấy bóng mình lơ lửng
Bên trời sương khói ngỡ quê hương
Lặng lẽ cúi đầu mơ cố quận
Giật mình thấy mộng nở vô thường

NHƯ BÓNG MA

Đêm vẫn thức khi bao người mê ngủ
Nắng có chờ khi gió mãi cuốn đi
Lời thao thức nhỏ thêm từng giọt sửa
Trăng vỗ về hơi thở mẹ ầu ơ

Thoáng ký ức đong đưa ngoài phố nhớ
Xua dư âm soi lại dấu ấn đời
Dòng sông hậu nâng niu Cù-Lao-kết
Nguồn phù sa ru nhẹ tiếng ru Hời

Oằn gánh gian truân buồn chen gối hạc
Vết thời xưa nhăn nhíu mộng tàn phai
Gió hư vô trôi theo dòng trăn trở
Đường về quê mất lối lệ trên tay

Từ khi nào thấy mình xoay trong mắt
Tiếng mưa rơi như tiếng khóc bên trời
Nuốt tiếc nuối nghẹn lòng in dấu cát
Hơi thở dài chôn kỷ niệm đau xưa

Nhom nhén lửa đốt thành tro ký ức
Gửi mây bay cúi nhặt cát phù du
Làm sao biết biển đời đang dậy sóng
Nhìn lại mình cay đắng tỏa sương mù

Ai cũng ngủ sao một mình cúi mặt
Đốt đèn đi thăm phố giữa ta bà
Cứ lầm lũi lạc vào hôn mê trận
Đến cuối đời gục ngã như bóng ma.

SA CHI LỆ

TIỂU LỤC THẦN PHONG

CHỢ LỚN, PHỐ TÀU Ở VIỆT NAM

Cộng đồng người Hoa ở Chợ Lớn gắn liền với việc hình thành và phát triển của Sài Gòn – Chợ Lớn hơn 300 năm nay. Khi quân Mãn Thanh chiếm trọn Trung Hoa, di thần nhà Minh là Dương Ngạn Địch và Trần Thượng Xuyên kéo hết gia tộc, quân binh sang Việt Nam tỵ nạn. Họ được chúa Nguyễn dung nạp và cho vào khai khẩn đất phương Nam. Dương Ngạn Địch đi sâu xuống Mỹ Tho còn Trần Thượng Xuyên gắn liền với Gia Định – Chợ Lớn. Khi Cù Lao Phố (Biên Hòa – Đồng Nai) bị quân Tây Sơn đốt phá, người Hoa từ đây chạy về khu vực Gia định – Chợ Lớn và cũng từ đó Chợ Lớn phát triển mạnh mẽ cho đến hôm nay.

Người Hoa đi đến đâu là lập hội, nhóm chợ, làm đường, xây phố... Chợ Lớn là một Chinatown lớn và sớm ở thế giới này. Những Chinatown có danh tiếng có thể kể như: Chinatown Los Angeles, New York, London, Paris, Vancouver, Toronto, Bangkok... Các Chinatown này tuy lớn về tầm vóc nhưng so với Chợ Lớn thì vẫn còn trẻ hơn rất nhiều và không thể sánh bằng. Chợ Lớn vừa là một Chinatown vừa là lãnh địa của người Hoa ở Việt Nam. Tuy người Hoa ở đây cũng nói tiếng Tàu, viết chữ Tàu, thức ăn Tàu, văn hóa Tàu... nhưng có sự khác biệt khá lớn so với những Chinatown khác.

Người Việt suốt 2000 năm qua bị cai trị bởi người Tàu, bị trói buộc trong văn hóa Tàu. Người Việt suốt chiều dài lịch sử phong kiến sử dụng tiếng Tàu, chữ Tàu... Cho nên khi người Tàu đến đây thì cái sự khác biệt không quá khắc nghiệt (đồng văn đồng chủng là vậy). Người Tàu đến Gia Định – Chợ Lớn lập phố xá, buôn bán làm ăn, sản xuất đồ thủ công mỹ nghệ, mua bán nông lâm thủy hải sản... Người Việt và người Tàu hợp tác làm ăn, hai bên cùng có lợi, tuy nhiên người Tàu giỏi về mua bán, thương mại, tiền tệ... nên khá giả hơn, trong khi ấy người Việt hầu như chỉ làm nông.

300 năm hình thành phát triển của Gia Định – Chợ Lớn – Sài Gòn, trong đó có công sức, tài lực rất lớn của người Hoa. Có

thể nói không có người Hoa thì không có Chợ Lớn. Buôn bán, sản xuất, ẩm thực, ngôn ngữ… là những yếu tố văn hóa người Hoa rất đặc sệt, cho dù có trải qua bao nhiêu thời gian đi nữa vẫn cứ đậm đặc như thế! Chợ Lớn ngày nay vẫn còn dày đặc các công trình kiến trúc cổ. Phố cổ, nhà cổ…Lịch sử và văn hóa tiếp nối sống với đời thường chứ không phải là một viện bảo tàng chết cứng như những di chỉ cổ khác trên thế giới. Bạn đến đây sẽ thấy chùa Bà, Nhị Phủ, hội quán, đình, chùa, nhà thờ tộc… ngày ngày vẫn đầy người đến lễ lạy, cúng bái. Những di chỉ cổ chen với những ngôi nhà mới trên các con đường quanh Chợ Lớn. Những ngôi nhà cổ có thể ở đến mấy thế hệ, vẫn sinh hoạt, mua bán, cung cấp dịch vụ… như bất cứ cơ sở mới nào.

Những ngôi nhà có tuổi đời hơn 150 năm hoặc hơn nữa, kiểu cách xa xưa, rêu phong cổ kính. Những hội quán Nhị Phủ, hội quán Ôn Lăng, hội quán Triều Châu, Minh Hương Gia Thạnh… vừa thờ A Phò, Quan Công cũng như các vị tiền hiền khác trong lịch sử lẫn dã sử của họ. Phố Tàu Chợ Lớn khá rộng và dài nhưng đậm đặc nhất vẫn là những khu vực quanh Chợ Lớn: Trang Tử, Hải Thượng Lãn Ông, Học Lạc, Phó Cơ Điều, Tôn Thọ Tường, Hàn Hải Nguyên, Nguyễn Trãi, Nguyễn Tri Phương…Người Tàu ở đây có xuất xứ từ nhiều vùng khác nhau nên tiếng nói khác nhau. Họ vẫn viết một thứ chữ nhưng người Tiều không hiểu tiếng Quảng, người Quảng không hiểu tiếng Bắc Kinh. Khu vực chợ Thiếc, chợ Tân Thành, Lò Siêu, Tôn Thọ Tường… là nơi tập trung người Tiều. Khu Nguyễn Trãi, Nguyễn Tri Phương… lại là quần thể người Quảng. Họ có tiếng nói khác nhau nhưng về văn hóa, ẩm thực, tín ngưỡng, trang phục… thì hoàn toàn y như nhau.

Chợ Lớn là một Chinatown danh tiếng và lâu đời ở Việt Nam. Nó như một viện bảo tàng sống, tất cả hiện hữu sinh động và sống thật trong đời thường, quá khứ và hiện tại nối tiếp mà không bị đứt đoạn. Nếu Người Việt có 36 phố phường ở Hà Nội thì Sài Gòn - Chợ Lớn lại có rất nhiều những khu phố tập trung chuyên biệt như: Khu phố thuốc Bắc (Đông y) ở Hải Thượng Lãn Ông, Phùng Hưng. Phố thuốc lá Học Lạc. Phố chuyên về phụ tùng xe máy ở chợ Tân Thành và những con đường xung quanh. Phố hóa chất ở chợ Kim Biên và các con đường quanh đấy. Phố hàng hóa tiêu dùng ở chợ Bình Tây và các con đường quanh vùng. Phố mây tre lá ở Tôn Thọ Tường, Phó Cơ Điều. Khu vực chợ Soái Kình Lâm chuyên về vải vóc… Ở Chợ Lớn có rất nhiều chợ và ở Chợ Lớn thì không lo đói, lúc nào cũng có bán thức ăn nước uống dù đó là nhà hàng sang trọng, quán bình dân hay xe đẩy khắp các ngả đường. Nói về thức ăn Tàu thì không chê vào đâu được, chưa ăn mà nghe mùi là nước trong miệng đã tứa ra. Thức ăn Tàu không chỉ là mùi mà còn cả màu sắc và âm thanh. Những dĩa mìa xào, hủ tíu xào, bột chiên, há cảo, sủi cảo, hoành thánh, xíu mại, phá lấu… cứ như níu giữ bước chân người. Nhiều người vẫn nói thức ăn Tàu nhiều dầu mỡ chiên xào tuy nhiên khi đã ăn rồi thì khó mà bỏ được, ngon quá, bỏ sao đành!

Người Hoa Chợ Lớn dù đó là người Tiều, người Quảng, người Hải Nam…cũng đều rất dễ thương, chơn chất, thật thà. Có thể những người có địa vị, tham vọng…họ có những tính toán, thủ đoạn nhưng đó là thiểu số. Trước kia và bây giờ cũng vậy, tôi gặp gỡ, giao tiếp với những Hòa Xìn, A Cái, A Tỷ, Phón Dậu…đều rất thân thiện và gần gũi. Suốt thời gian ở Chợ Lớn hầu như ngày nào cũng ăn bột chiên của Mỉnh Sâm, hủ tíu Thòng Dành, sâm bổ lượng A Lìn…Họ dạy tôi nói chút chút tiếng Tiều. Văn hóa và lối sống của họ khác mình nhưng cái tình thì như một. Tiếng Tiều, giọng Sài Gòn sao dễ thương quá đi thôi! Thể chế có thế nào đi nữa thì người Hoa Chợ Lớn nói riêng, người Sài Gòn nói chung vẫn ngọt ngào và dễ thương. Để lại trong tôi nhiều ân tình sâu đậm.

Chợ Lớn qua 300 năm hình thành và phát triển. Người Hoa đã gắn bó chặt chẽ với mảnh đất này. Họ là công dân của xứ sở này, ấy vậy mà văn hóa, ngôn ngữ, phong cách của họ không hề mai một. Những công trình văn hóa, tôn giáo, nhà ở của họ ở Chợ Lớn vẫn thể hiện dấu ấn văn hóa đặc sắc của họ. Có thể họ cho rằng đó là những tài sản văn hóa riêng của họ nhưng thật sự đấy cũng là tài sản văn hóa chung của quốc gia. Giả sử không có Chợ Lớn thì Sài Gòn sẽ ra sao? Thật khó để mà hình dung một Sài Gòn không có Chợ Lớn. Những công trình kiến trúc quanh khu vực Chợ Lớn làm giàu cho cái vốn văn hóa, kiến trúc, lịch sử Việt Nam.

TIỂU LỤC THẦN PHONG
Chợ Lớn, 0625

HUỲNH LIỄU NGẠN

lục bát ngắn

TRỜI MƯA

Trời mưa ướt nhẹ vai rồi
chút tơ tóc động cõi người lặng câm
em đi từ thuở xa xăm
bỏ quên dĩ vãng trăng rằm giữa khuya.

MÙA THU

khuya nhìn triệu ánh sao đêm
tưởng em lạc giữa cõi thềm hoang vu
cho anh góp lại sương mù
kết chung lòng một mùa thu của mình.

BUỔI CHIỀU

nghe chiều quạnh vắng bên hiên
em qua giỡn bóng ngày nghiêng xuống rồi
tôi ngồi nhìn buổi chiều trôi
trăm năm hoài nỗi đơn côi lớn dần.

LỤA LÀ

đêm dài thở bóng trăng đưa
sầu tôi con nước xế mùa trôi xa
hôm qua bước xuống hiên nhà
thấy nguyên một nét lụa là ngày xưa.

CUỐI NĂM

chiều nay cuối tháng chạp rồi
mà mưa năm ngoái còn rơi trước nhà
em về nghiêng mái tóc qua
để tôi với giọt mưa sa ngút hồn.

HUỲNH LIỄU NGẠN

ĐỨC PHỔ
LỤC BÁT TÌNH MƯA

Đường mưa
ngắn
bỗng nhiên. dài
bước chân
vui
lạc. bên ngoài nhân gian.

mắt
nhòa. ướt đẫm
dung nhan
mưa
xanh khung cửa
thơm. hồn tóc mai.

mượn
em. mấy ngón tay dài
với
qua thiên đỉnh
ngoắc. đài trang xưa.

tình. vừa đậu
nhánh
sông mưa
đã
nghe. bèo bọt
mấy mùa… nỗi riêng…

ĐỨC PHỔ

TRẦN HOÀNG VY

April 8th, 2021

Đọc thơ Đức Phổ

Trước 1975, ở Sài Gòn, thỉnh thoảng tôi có đọc thơ Đức Phổ, đăng rải rác trên các báo, tạp chí thời bấy giờ, bẵng đi một thời gian khá dài, tôi lại thấy bài thơ "Dưới mái nhà xưa" của anh đăng trên một trang mạng. Những câu thơ như găm vào gan ruột của những kẻ đồng cảnh ngộ: "*Anh đã về dưới mái nhà xưa/ Mẹ Cha không còn nữa/ Nhà trống, nương vườn xơ xác/ Chỉ còn con vện vẫy đuôi!*" . Và có lẽ những ai khi không còn cha mẹ, trở về lại mái nhà xưa vẫn luôn là: "*Khi cắm nén hương lên bát hương đã cũ/ Kỷ niệm theo về/ Cùng hương khói mang mang/ Tự nhiên anh khóc...*". Không chỉ là những câu thơ giản dị, đồng cảm mà tôi còn cảm thấy "gần gũi" bởi cái bút danh và cũng là tên thật của anh: Đức Phổ, tên của một huyện ở phía nam tỉnh Quảng Ngãi, quê cha, nơi tôi có những năm tháng ấu thơ, cơ cực, và cũng thật thú vị, bởi anh sinh ra ở quê gốc Thừa Thiên, Huế, đất cố kinh lừng lẫy của các "ôn, mệ" một thời, cũng là quê mẹ tôi. Con người đôi khi có những tình cảm tưởng chừng… mơ hồ, nhưng lại gắn bó bởi tình "đồng hương, đồng khói" như thế, mở đầu cho sự giao lưu tâm cảm, bền chặt!

Viết về thơ Đức Phổ có rất nhiều người tên tuổi, lẫy lừng ở miền Nam trước đây và hải ngoại đã viết như Viên Linh, Du Tử Lê, Trần Hoài Thư, Hoàng Xuân Sơn, Luân Hoán, Nguyễn Vy Khanh… Song tôi vẫn thích sự "thú nhận" của anh Trần Hoài Thư là:

"*Tôi vẫn hằng đọc thơ anh. Ôi! Những bài thơ vẫn còn ở lại trong tôi sau khi đọc xong, bắt tôi phải giật mình: "Mai về bỡ ngỡ núi sông"... và trang "Văn Việt. Org" đã nhận xét: "Thơ Đức Phổ có ngôn ngữ giản dị, giọng điệu từ tốn, như những lời tâm sự thân mật. Thể thơ cổ điển hoặc gần với cổ điển. Điều gây ấn tượng trong thơ anh là việc sử dụng khá thường xuyên mối quan hệ giữa hiện tại ở vùng đất mới và quá khứ, hình ảnh của hoài niệm được đặt trên nền xám của bức tranh hiện tại, nơi vô thức có thể tìm đường đi tới....*"

Đức Phổ quan tâm đến vần điệu, sự chọn lọc hình ảnh, những diễn tiến tâm lý trong quá trình hội nhập vào xã hội Bắc Mỹ. Khi loại bỏ bớt nhu cầu mô tả các xúc cảm, đôi khi vượt quá khả năng mang vác của ngôn ngữ, thơ anh có sự chiếu sáng của lương tri trên những khúc quanh lịch sử. Trong thơ Đức Phổ tiếng gọi của bổn phận, tiếng gọi của cái đẹp ngày càng trở nên rõ ràng. Vì thế việc khen "Phò mã tốt áo" sẽ thừa, nên tôi chỉ chọn những gì mà bản thân thấy cùng chung sự rung cảm và hòa điệu trong những bí ẩn mà thơ ca vốn có cần thêm sự giải mã với góc nhìn của người đọc…

Tuyển tập Thơ Đức Phổ. Bìa và trình bày Hà Nguyên Du. Văn Học Mới phát hành, 2020

Ở vào cái lứa tuổi ngoài thất thập "xưa nay hiếm", thơ Đức Phổ có cái nhìn tưởng như "nhàn nhã" song lại đau đáu một nỗi niềm: "*Suốt ngày ở nhà như một quản gia/ Quản gia chỉ là kẻ trông nhà/ Mà nhà chẳng có gì để mất/ Chỉ sợ mất mình như kẻ vong gia.*" (Ngày của một người hưu trí, trang 280) và điều ấy lại được nhà thơ nhắc lại trong bài "Ngày hưu": " *Ngày hưu trôi chậm vô cùng…*" rồi: "*Tháng ngày quẩn quanh vô nghĩa/ lòng nhớ nào biết nhớ gì/ ở không như là không ở/ thế gian xa lắc ngoài kia*" (trang 57) nhuốm một chút ý nghĩa sắc không cửa Phật cùng với sự "giác ngộ" khôn cùng của sự chấp nhận, thuận theo ý mệnh! Câu thơ "Vong gia" làm ta sởn gai ốc, chạnh tới nỗi niềm "vong quốc" của những người dám đi tìm tới cõi tự do!

Tình yêu thì không có tuổi? Vâng, với thơ Đức Phổ, tình càng nồng đậm, đẫm hương mãi nhớ: *"Anh về thăm em rồi đi xa. Rất vội/ Những nồng nàn… Nấc.Nghẹn giấu trong tim!/ Phút lưu dấu xưa, sau… Chừng khó nói/ chỉ đôi lòng. Chung một tiếng yêu thôi!"* (Mới xa mà đã nhớ, trang 53), là những run rẩy của một thời: *"Từ em mặc lụa qua cầu/ hồn anh mấy mảnh nát nhầu, chưa khâu/…..Em qua cầu mắt rưng rưng/ sóng chao chiếc bóng ra từng gợn. Tan!/ Anh vờ tình lật sang trang/thoáng trên mặt giấy có hàng lệ rơi!..."* (Áo lụa qua cầu, trang 83). Là một món nợ tình thật… khó trả: *"Em sang sông. Yên phận gái sang sông!/Ta ở lại điếng hồn trông nước rút/Trơ cùng ta những tháng ngày bạc nhược/ Khi nợ một ân tình đâu dễ bước ung dung!…"* (Em sang sông ta nợ một ân tình, trang 112). Bởi cái sức mạnh của tình yêu là nhắc nhớ!: *"khi không còn tình yêu của em/ dẫu có lao vào vòng đại dịch/ dẫu thân thấm nhiễm đại trùng/ hồn vẫn còn nhớ mùa hoa năm trước!.."* (Thơ cho ngày 8/3/2020, trang 272). Có lẽ nào là sự… "Hồi xuân": *"Anh xưa ngó núi bất cần/ đồi trông bất chấp…(xấu gần, đẹp xa…)/Bây chừ đồi núi đơm hoa/ ham vui còn kịp chăng?.. Tà huy ơi!"*(Hồi xuân, trang 116).

Thơ Đức Phổ còn mang nặng những nỗi niềm của người tha hương, nhớ về cố thổ với trái tim của một người lính, từng có thời gian dọc ngang trên sông biển, để một lần anh "Gởi tình qua biển": "*Và có thể… ngày sau…Có thể/ mỗi buồn vui là mỗi bước thăng trầm/ hãy nồng mặn như gởi tình qua biển/ gió muôn trùng biết thổi tới em không?!*" (trang 45). Cồn cào những nỗi niềm cũ: *"đã bao năm xa xứ xa quê/ lỡ bước đăng trình chưa kịp về/ gió bụi phong trần chưa rũ sạch/nên đành mang nỗi nhớ sắt se/… ta ở xứ người no cơm ấm cật/ mẹ quê nhà áo vá phất phơ."* (Bên trời nhớ mẹ, trang 33). Những dòng thơ của người con xứ Huế, như những dòng nước mắt của xa xót: *"Mười năm xa Huế như cơn mộng/ tỉnh lại.Thăm Hương lệ chực tràn/ Rượu thấm. Dăm thằng ngồi Thương Bạc/ rưng rưng Thừa Phủ... bẵng đò giang!"* để rồi: *"Ngồi uống tàn canh trăng Vỹ Dạ/ hồn đầy sương và... tóc pha sương!/ Mười năm ly khách về chăng lạ?/Dâu bể muôn chiều vẫn cố hương!"* (Dâu bể muôn chiều vẫn cố hương, trang 17). Để rồi với đồng đội cũ gặp nhau: *"Thời ngang dọc, xưa, không còn nữa/ mà mùi phèn nước mặn chưa phai/ Đời lưu vong ngày vắn đêm dài/ thân áo gấm khó tròn giấc ngủ!/ giờ giáp mặt bạn đồng đội cũ/ những vàng son một thuở không còn/ nhưng trong mỗi tấc lòng vẫn giữ/ Tổ quốc mình mãi mãi Việt Nam!"* (trang 149).

Nhà Thơ Đức Phổ

Bạn bè văn chương của anh thì rất nhiều. Người viết bài chưa một lần tao ngộ. Chỉ mới nghe tiếng nhau trên Smartphone, cũng coi là "Văn kỳ thanh" mà mến mộ nhau, như anh đã từng viết trong thơ: *"Người bạn văn sống chung thành phố/ đã bao năm chưa gặp mặt bao giờ/ mới giọng nói từ chiếc phone hớn hở/ đã trong lòng phơi phới những hoa xuân..."* và "đọc thơ bạn nỗi lòng nghe tít tắp/ nỗi u hoài cánh chắp mấy trùng chia." (trang 244).

Chợt nhớ trong một Email gần đây anh tâm sự về thơ 7 chữ của anh, anh viết nhiều những bài 7 chữ, dồn nhiều công sức để làm mới thể loại thơ đã có từ... hàng ngàn năm nay. Một thể loại mới để chuyên chở tâm hồn của người Việt, nhất là trong phong trào thơ mới cũng gần thế kỷ nay!

Thật vậy, trong toàn bộ tập thơ đã có gần 50 bài thơ Đức Phổ sử dụng thể loại thơ 7 chữ (trên 143 bài thơ trong tập). Thoạt đọc, thoạt ngâm nga vẫn nghe âm vang những "hạo khí" buồn âm điệu cũ, của những "kẻ sĩ" ngang tàng, khí khái nhưng thất cơ lỡ vận như: *"Qua đèo thấy núi thấp bằng đất/ há dễ leo cao là thấy đời!..."* rồi *"Hãy vá giùm nhau điều loang vỡ/ bao vết cài bom đạn sẽ đơm da"* (Phấn nhụy thấm đời sau, trang 7), hay như *"Mới hay trong máu còn tinh huyết/ để tạ ơn đời buổi gặp nhau!"* (Bên trời lưu ly, trang 13), thêm chút rượu và nghĩa khí giang hồ: *"Người dưng gặp riết thành thân mật/ Hẹn tết khề khà nhắp rượu vui"* (Nghinh xuân dặm khách, trang 59), hoặc: *"nói thiệt, rượu nào chẳng uống say/ nhưng rượu ngọt tình chỉ đêm nay..../...nay giữa chợ không dưng muốn khóc/ chân ngập ngừng bước lạc đường quê."* (Cuộc rượu tàn canh, trang 233).

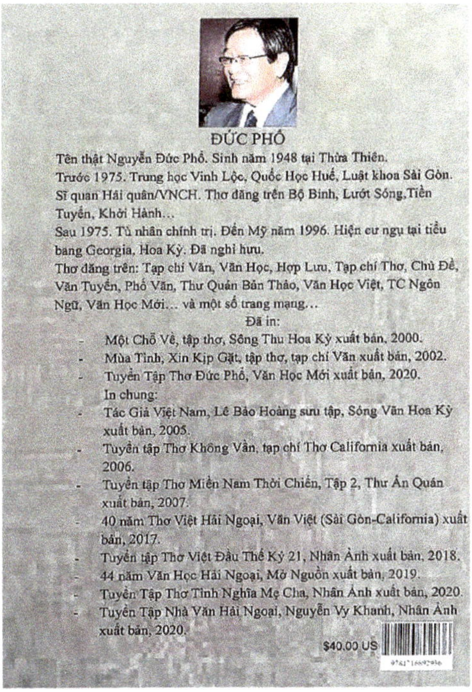

ĐỨC PHỔ

Tên thật Nguyễn Đức Phổ. Sinh năm 1948 tại Thừa Thiên.
Trước 1975. Trung học Vinh Lộc, Quốc Học Huế, Luật khoa Sài Gòn. Sĩ quan Hải quân/VNCH. Thơ đăng trên Bộ Binh, Lướt Sóng, Tiền Tuyến, Khởi Hành...
Sau 1975. Tù nhân chính trị. Đến Mỹ năm 1996. Hiện cư ngụ tại tiểu bang Georgia, Hoa Kỳ. Đã nghỉ hưu.
Thơ đăng trên: Tạp chí Văn, Văn Học, Hợp Lưu, Tạp chí Thơ, Chủ Đề, Văn Tuyển, Phố Văn, Thư Quán Bản Thảo, Văn Học Việt, TC Ngôn Ngữ, Văn Học Mới... và một số trang mạng...

Đã in:

- Một Chỗ Về, tập thơ, Sông Thu Hoa Kỳ xuất bản, 2000.
- Mùa Tình, Xin Kịp Gặt, tập thơ, tạp chí Văn xuất bản, 2002.
- Tuyển Tập Thơ Đức Phổ, Văn Học Mới xuất bản, 2020.

In chung:

- Tác Giả Việt Nam, Lê Bảo Hoàng sưu tập, Sóng Văn Hoa Kỳ xuất bản, 2005.
- Tuyển tập Thơ Không Vần, tạp chí Thơ California xuất bản, 2006.
- Tuyển tập Thơ Miền Nam Thời Chiến, Tập 2, Thư Ấn Quán xuất bản, 2007.
- 40 năm Thơ Việt Hải Ngoại, Văn Việt (Sài Gòn-California) xuất bản, 2017.
- Tuyển tập Thơ Việt Đầu Thế Kỷ 21, Nhân Ảnh xuất bản, 2018.
- 44 năm Văn Học Hải Ngoại, Mở Nguồn xuất bản, 2019.
- Tuyển Tập Thơ Tình Nghĩa Mẹ Cha, Nhân Ảnh xuất bản, 2020.
- Tuyển Tập Nhà Văn Hải Ngoại, Nguyễn Vy Khanh, Nhân Ảnh xuất bản, 2020.

$40.00 US

Tuyển tập Thơ Đức Phổ. Bìa sau

Song nếu để ngẫm ngợi, nghiên cứu, sẽ thấy một thể loại 7 chữ khác mang thương hiệu "Đức Phổ", đó là câu chữ vừa giản dị, nhưng chắt lọc, ẩn chứa sự thâm trầm của người từng trải: "*Ngày bạn đi ta còn khoai, sắn/ đêm sương rừng đắp riết cũng quen*" (Chuyện cũ, trang 43). Chỉ một từ "đắp" đã nói lên nhiều thứ của một "chuyện cũ", hay như trong câu *"Bạn mình có đứa không chịu nhục/ vượt rào bị bắn, chết tỉnh bơ."* . Cụm từ và cũng là hình ảnh "Chết tỉnh bơ", tưởng rất bình thường, song lại ẩn chứa một hàm ý "ngang tàng, khí phách, coi cái chết nhẹ tựa lông hồng" là vậy! Hay như những từ ngữ hình ảnh tưởng chừng quen nhưng cũng rất lạ trong khổ thơ: *"muốn thắp ngọn đời lên đỉnh, hú/ chiêu hồn, về đậu nhánh sông thơ/ núi lạc sông rồi, người lạc xứ/ mà không phai nỗi nhớ quê nhà*" (Khát vọng, trang 127).

Ở đây, người đọc còn bắt gặp sự đổi mới như sự bắc cầu, nối dòng giữa câu thơ cuối và câu thơ đầu tiếp theo, theo lối thơ "Tân hình thức" như: *"Hú chiêu hồn, thơ núi, người lạc xứ mà không phai nỗi nhớ quê…"*, hay như ở bài thơ " Mẹ ơi mai ngày" trang 138, ta thấy rất rõ sự nối dòng cách tân đó: *"Sẽ rất muộn màng nếu trong đêm/ nay không nói được lời yêu kính/ Mẹ không tỏ lòng nhớ thương Mẹ/ hiền bằng một đóa hoa tưởng nhớ…"*.

Thảng hoặc, trong một khổ thơ 7 chữ, nhà thơ thêm vào một câu 8 chữ, hoặc 9 chữ, làm thay đổi sự cũ mòn? Hay âm hưởng của cả bài thơ: *"Bạn bảo, lâu hung không chộ/ Mi đi lâu không nhớ Huế răng hè?"* (Trăng rụng, trang 77), và: *"Cái vận nghèo rồi cũng qua mau/ Ngày gặp lại tuổi chiều vừa ghé/ Vô số chuyện vui buồn đã kể /Những mồi ngon rượu quý đã ê chề!"* (Tình bạn, trang 75). Mà có lẽ riêng phần thơ 7 chữ của anh, chắc phải có riêng một bài mới nói đủ điều muốn nói?

Khép lại bài viết, mong rằng thơ Đức Phổ luôn là những buồn, vui… cùng chia sẻ với mọi người, những độc giả yêu thích thơ anh, như anh đã viết: *"Ân sủng. Người chia nửa tiếng cười..."* (Mùa nhớ, trang 297).

TRẦN HOÀNG VY

TRẦN QUÝ TRUNG

Rồi Có Một Ngày

Rồi có một ngày
Tôi sẽ nói yêu em
Yêu em , yêu cả đường đi lối về
Tôi sẽ rủ em đi trên bờ đê
Thả cánh diều to trên đồng lúa xanh
Và nhìn thấy màu thời gian xanh xanh
Hương thời gian thơm sực mùi hương cốm

Hai đứa say sưa nắm tay ca hát
Quên bóng trời chiều đã ngả về tây
Đêm tới lúc nào cũng chẳng có hay
Run dế kêu than , tâm hồn phơi phới
Cùng đuổi theo bắt nhiều con đom đóm
Đang lập lòe bay lượn thách thời gian

Rồi tôi sẽ đi thật sát thân em
Nhớ lại những đêm thì thầm bên gối
Chốn Thiên Đường bây giờ và ở đây
(Here and Now)
Hẹn cùng em đi hết cuộc đời này
Nơi trần gian có mùa xuân mộng ước.

TRẦN QUÝ TRUNG
June 17, 2025 6:00 PM

QUẢNG XUÂN
SÓNG SÔNG HÀN

Gió hoang lay nhẹ sóng sông Hàn
Ngũ Hành Sơn chập chờn theo nỗi nhớ
Đêm mờ ảo bóng người xưa bên nớ
Tóc mây bay về ngự giữa trời không
Làn sóng khuya in bóng của chờ mong
Người rời bến mang theo thuyền quê mẹ
Đà Thành ngủ yên trong cơn gió nhẹ
Bầu trời sao ray rứt giải ngân hà

Bước phố cũ nhớ hình đôi đến thế
Chuyện xa lơ mà ngỡ như hôm nào
Mùa hè lạnh chen vào từng kẽ lá
Nỗi sầu ôm quấn quýt cánh phượng hồng
Sông Hàn đây vẻ lại hàng mi cong
Bóng người ấy vẫn còn nguyên thuở trước
Bến sông Hàn chỉ một mình ta bước
Bước về đâu.. hỡi hồn nước mang mang.

TẠ ƠN

Rơi rơi hạt… hạt nhẹ nhàng
Vàng phai mấy độ lang mang kiếp người
Thấp cao một cõi rong chơi
Tạ ơn mẹ tạ ơn đời bao la
Tạ ơn em…buổi chiều tà
Cho hình hài đó quyện hòa hương yêu
Tạ ơn tấm vải lụa điều
Hóa thân cánh hạc vút kêu về nhà.

QUẢNG XUÂN
August 09th 2025

NGUYỄN ĐẠI DUẨN

HƯƠNG DỪA

Buổi lễ Kỷ niệm 50 năm Ngày giải phóng tỉnh Bình Định kết thúc, tôi được gặp lại những người đồng đội sau bao nhiêu năm xa cách. Y Muôn nhìn tôi với vẻ trách móc:

- Cậu Chiến là tệ lắm nhé. Lặn đi đâu biền biệt mấy chục năm mà không một lần quay lại!. Tôi hơi cúi thấp đầu như nhận lỗi với chị:

- Dạ chuyện dài lắm chị ạ! Rồi em sẽ kể chị nghe.

Tôi và Đại tá Nguyễn Hoàng được vợ chồng Y Muôn mời về nhà chơi. Chiếc xe phóng êm trên con đường về Tam Quan nơi chỗ vợ chồng Y Muôn đang sinh sống. Tiếng xe chạy, tiếng còi xin đường ồn ả trên phố. Gần hai tiếng sau, xe đỗ xịch trước ngôi nhà hai tầng khang trang nấp dưới rặng dừa cổ thụ. Những tàu dừa đung đưa trong ngọn gió biển lao xao. Trước sân, hai chậu hoa giấy được chủ nhân tạo dáng thế thác đổ rất đẹp đang nở bung những nụ hoa mỏng manh, màu hồng tím. Trên những thân dừa là những giò lan hồ điệp, đai châu đang khoe sắc. Chị Y Muôn đon đả mời chúng tôi thưởng thức nước dừa và những sản phẩm làm ra từ dừa do nhà máy của gia đình chị sản xuất.

Trời về chiều rừng dừa xào xạc hòa trong tiếng sóng biển rì rào. Tôi tha thẩn một mình dạo quanh khu rừng dừa để mong sao tìm về một vài kỷ niệm thân quen. Ngọn gió hây hẩy như đưa tôi về với khung cảnh yên bình, trong lành, xua tan phiền muộn sau những áp lực cuộc sống. Cứ ngỡ mình như đang quay về với thời niên thiếu. Quê tôi ở Hoài Phú, cách Tam Quan vài con kênh. Má tôi là tổ trưởng du kích xã, hy sinh trong trận đánh tháng 3 năm 1966 tại Tam Quan. Cha tôi, một cán bộ kháng chiến hoạt động bí mật bị lộ nên được cấp trên cho đi tập kết. Tháng 9 năm 1966, khi tôi vừa 10 tuổi tôi cũng được theo cha. Ra miền Bắc, tôi được học hành chu đáo tại Trường Thiếu sinh Quân ở Việt Trì, Hà Nội. Sau chiến dịch Mậu Thân 1968, cha tôi được điều động trở lại miền Nam quê nhà để gây dựng phong trào. Năm 1974, được tin cha hy sinh, tôi buồn lắm, khi đó tôi đang học dở lớp 10. Nhiều đêm không ngủ, tôi nhớ cha, nhớ má, nhớ rừng dừa. Và rồi tôi làm đơn tình nguyện nhập ngũ lên đường đánh giặc. Không biết cơ duyên nào tôi được biên chế về Sư đoàn 3 và tham gia chiến đấu tại quê nhà.

Tối đến, Đại tá Nguyễn Hoàng đang cùng anh Thân bên ấm trà "ôn cố tri tân", vui vẻ hàn huyên. Tôi cùng chị Y Muôn xin phép đi dạo quanh rừng dừa. Đi đến bên một bờ kênh, có chiếc cầu bắc ngang, Y Muôn nhẹ nhàng nắm tay tôi hỏi nhỏ:

- Cậu Chiến còn nhớ chỗ này nữa không?. Tôi dán mắt nhìn, qua ánh trăng rơi trên những tàu dừa xuống, chiếc cầu bắc ngang là một thân dừa khô, có tay vịn lắt lẻo để nắm tay đi qua kênh. Tôi chưa kịp nói thì Y Muôn đã ngắt luồng suy nghĩ của tôi:

- Đây là nơi ngày xưa tôi đã gặp cậu và "ông xã" nhà tôi nằm ngất lịm sau cuộc chiến đấu tại đồn Tam Quan đó! Tôi nhìn chị một hồi rồi nói:

- Mọi thứ đổi thay nhiều quá! Rừng dừa này ngày trước xơ xác đạn bom, cằn cỗi đâu tốt tươi, quả đầy buồng như bây giờ.

Đi một đoạn chị kéo tay tôi ngồi xuống mô đất trải một vạt cỏ mềm. Hai chúng tôi nhìn ánh trăng như chiếc đĩa khổng lồ treo lơ lửng trên đọt dừa. Tôi nhìn Y Muôn, rồi nhìn ra hướng biển nơi có ngọn gió nồm mát rượi đang ùa vào mơn man trên khuôn mặt xương xương của tôi, lất phất trên mái tóc của chị. Hương dầu dừa trên mái tóc Y Muôn phảng phất như kéo tôi về những ký ức ngày nào.

***

Cuộc chiến đấu kéo dài từ sáng đến xế chiều vẫn chưa kết thúc, đó là ngày 28 tháng 3 năm 1975. Những tràng đại liên, những loạt đạn tiểu liên trong đồn địch bắn ra loạn xạ. Tiếng AK của quân ta cũng điểm xạ nghe đanh gọn. Lợi dụng tuyến giao thông hào của địch, bộ đội ta đang cố thủ chờ thời cơ để tấn công. Thỉnh thoảng vài chục mét, hào được khoét sâu vào bên hông để ẩn núp, tránh đạn cối hay pháo địch. Đại đội trưởng Nguyễn Hoàng trực tiếp chỉ huy trận đánh đang ở hướng phía Tây, nơi đồn địch đang khạc từng tràng đạn lửa hòng ngăn đường tiến quân ta. Đạn bay vèo vèo, bụi đất mù mịt. Đại đội trưởng Nguyễn Hoàng ra lệnh cho tôi kết bộc phá thành khối tiến lên phá hàng rào dây thép gai để mở đường tiến cho quân ta. Phía cánh trái, Trung đội 1 đang yểm trợ bằng hỏa lực súng cối nhằm thu hút hướng bắn của địch. Bọn địch trong đồn không dám liều mạng xông ra nhưng chúng bắn trả rất rát, tưởng chừng như có bao nhiêu đạn chúng đều vãi hết về phía chúng tôi. Trời về chiều, cái nắng cuối tháng Ba còn hầm hập. Mồ hôi, bụi khói lem luốc trên khuôn mặt mọi người. Bụng đói, người thấm mệt, còn ít nước sót lại trong bi đông tôi dốc hết cho đỡ khô họng. Tôi bò men theo con kênh có rặng dừa che khuất tầm nhìn của bọn địch, khi tiếp được bên hàng rào kẽm gai, tôi ốp khối bộc phá vào và lui ra xa châm ngòi nổ. Một cột lửa bùng lên, lớp kẽm gai bay xa vài mét, cánh cửa tập hậu đã được mở rộng. Anh em đơn vị nghe tiếng hô xung phong của đại đội trưởng cùng hưởng ứng thét to và ào lên. Tôi vừa quay lưng bò vòng trở lại để lấy thêm đạn thì thấy một tên lính ngụy áo quần rằn ri đang lom khom trong chiến hào cách tôi khoảng chừng mười mét. Tôi nằm im chờ đợi. Khi tên này đến gần khoảng độ bốn mét tôi vùng dậy bật lưỡi lê xông thẳng vào người hắn.

Bỗng một loạt pháo 105 ly tới tấp dội xuống. Người tôi vùi trong lớp đát cát, tai ong ong trong tiếng thét xung phong của đồng đội và rồi ngất đi.

Tôi mơ màng và tỉnh dậy khoảng độ ba giờ sáng, ngơ ngác không biết mình mơ hay thật, tại sao lại nằm ở đây? Tôi nghe tiếng người đàn ông nói:

- Chú bộ đội tỉnh rồi con ơi!. Tôi từ từ ngồi dậy và xin ngụm nước. Uống xong, tôi nhìn người đàn ông dò hỏi:

- Đây là đâu vậy bác?. Người đàn ông nhìn tôi nói:

- Đây là nhà của tôi, cách chỗ các chú đánh đồn Tam Quan khoảng hơn cây số. Nói rồi ông bảo cô con gái lấy bát cháo cho tôi ăn, rồi ông cho biết:

- Khi bộ đội phối hợp nhịp nhàng với các mũi tấn công từ bên ngoài vào, quân và dân Tam Quan đã nổi dậy hỗ trợ các lực lượng vũ trang đánh chiếm nhiều mục tiêu và các cơ quan quan trọng, làm tan rã toàn bộ quân địch. Sau khi giải quyết xong công việc, bàn giao lại cho địa phương, đoàn quân đã tiến về thị xã Quy Nhơn.

Ăn xong bát cháo tôi đã tỉnh táo, người đã đỡ mệt. Tôi thao thức không tài nào chợp mắt, cứ hình dung lại những sự việc đã xảy ra. Không biết giờ đơn vị đang ở đâu, tìm đơn vị nơi nào? Tâm trạng tôi phấn chấn với niềm vui chiến thắng của đơn vị, lòng tôi cứ cồn cào mong trời mau sáng.

Trời vừa tang tảng, sức khỏe tôi có phần đã ổn, định bụng sẽ trốn gia đình đi tìm đơn vị nhưng cô con gái chủ nhà tinh ý nhìn tôi:

- Bộ dạng này anh định đi đâu? Anh xem lại mình coi!. Trên người tôi bộ quần áo bà ba nâu đang mặc là của của ông chủ nhà, đôi dép đã tuột hết quai hậu. Tôi vươn vai đứng dậy, bỗng nghe tiếng rên ở phía giường nhà sau. Tôi hỏi cô gái:

- Này cô! Sau nhà mình có ai rên rỉ vậy?.

Ông chủ nhà dậy pha ấm trà mời tôi uống mừng chiến thắng. Ông cho tôi biết, khi ông theo đội du kích dẫn dường cho bộ đội tiến về thị xã Quy Nhơn thì thấy tình cảnh một tên lính ngụy, áo rằn ri bị thương ở chân chảy máu, nằm đè người lên anh bộ đội giải phóng đang bất tỉnh, máu ri rỉ lỗ tai. Ông gọi thêm mấy du kích cùng con gái đưa hai người về nhà, lúc đó khoảng nửa đêm. Ông đắp thuốc và băng bó cho tên lính ngụy, lau chùi sạch sẽ và thay áo quần cho tôi. Rồi ông bảo tôi:

-Tình hình bên ngoài đang lộn xộn không biết đâu mà lần. Hai người chỉ bị ngất do sức ép của đạn pháo. Vết thương không nghiêm trọng lắm. Đợi khi nào khỏe lại rồi tìm cách giải quyết.

Qua tìm hiểu tôi biết ông chủ nhà có tên là A Đăm còn cô gái là Y Muôn. Một ngày qua đi, tôi được bố con Y Muôn chăm sóc chu đáo nên sức khỏe đã có phần tốt hơn. Tên lính ngụy cũng đã tỉnh. Tôi vào chỗ nằm của cậu ta cất tiếng:

- Sao! Đã đỡ hơn chưa?. Tên lính ngụy nhìn tôi mặt nhợt nhạt, sợ sệt:

- Dạ, cảm ơn anh, em đã đỡ nhiều rồi. Tôi động viên cậu ta :

- Không có gì phải sợ. Chúng ta đều cùng là người Việt Nam, nhưng do hậu quả chiến tranh gây ra, nên trở thành hai người trên hai chiến tuyến, là kẻ thù của nhau. Giờ quê hương đã giải phóng rồi, chế độ ngụy quyền đang sụp đổ, dân tộc lại hòa hợp, trở thành người một nhà thôi. Tên lính ngụy nghe tôi giảng giải miệng lắp bắp dạ liên hồi. Tôi hỏi:

- Vậy cậu tên gì, quê ở đâu?.

- Dạ em sinh năm con khỉ nên mẹ đặt tên em là Thân, em ở Phù Cát. Em mới vô lính một năm nay. Anh tha cho, em mới tham gia trận đầu.

- Tôi tên Chiến, cũng tuổi Thân. Chúng mình cứ xưng hô cậu tớ cho thoải mái nhé".

Y Muôn đi công tác về gấp áo quần, xâu lại dép cho tôi. Rồi cô thông báo cho tôi biết ngày 31 tháng 3 năm 1975, quân và dân ta đã làm chủ thế trận tại Hoài Nhơn. Những tin vui thắng trận cứ dồn dập làm cho tôi trào dâng một cảm xúc vui mừng khó tả. Và Y Muôn còn cho biết cô đã bắt được liên lạc với đơn vị tôi, ngày mai sẽ tìm cách đưa tôi đi.

Đêm, trăng thượng tuần nấp sau gốc dừa. Những tàu dừa lòa xòa đung đưa làm ánh trăng vỡ vụn nhưng cũng đủ sáng trên con đường. Tôi cùng Y Muôn dắt nhau ra chỗ gò đất mà tôi đã bị thương như để ghi nhớ một kỷ niệm. Ngày mai tôi sẽ xa Y Muôn, xa mảnh đất nơi đã cứu sống tôi, lòng tôi thấy bồi hồi, luyến nhớ. Mới chỉ ba ngày thôi mà tôi thấy như thân thiết với Y Muôn từ lâu. Ngồi bên Y Muôn, mùi dầu dừa phảng phất trên mái tóc làm cho tôi có cảm giác lâng lâng. Mùi thịt da con gái cứ xâm lấn vào tim tôi. Thỉnh thoảng ngọn gió biển nhè nhẹ thoảng qua vất những sợi tóc mơn trớn sang má tôi. Nhìn Y Muôn tôi hỏi nhỏ:

- Y Muôn là người Bana à?.

- Dạ! Em là người Bana. Năm 1965, mẹ em mất, cha đưa em về lập nghiệp ở đây. Cha em về làm nghề trồng dừa thuê. Thỉnh thoảng ông vào rừng hái lá thuốc về chữa bệnh cho mọi người. Nghề thuốc là nghề gia truyền của nhà em đó. Y Muôn nhìn tôi xem có phản ứng gì không. Tôi không nói gì chỉ gật đầu. Y Muôn bứt một lá cỏ, tay cô vụng về ngắt ra từng khúc ngắn rồi nói tiếp:

- Lớn lên em tham gia vào đội du kích địa phương, làm giao liên đưa các đoàn bộ đội bí mật về đánh địch. Em cũng tham gia nhiều trận đánh rồi nhé. Tôi nhìn Y Muôn với tấm lòng cảm phục, rồi lái sang chuyện khác:

- Vậy Y Muôn đã có anh nào dạm ngõ trầu cau chưa? Có

thích lấy chồng bộ đội tôi làm mối cho. Y Muôn nhìn tôi bẽn lẽn:

- Em mới 21 tuổi, đang còn trẻ con chứ đã nghĩ chuyện yêu đương gì đâu. Mà em không dám ưng các anh bộ đội đâu! Biết bộ đội có ưng người dân tộc như em không?.

- Vậy là Y Muôn hơn tôi hai tuổi. Nhưng thấy Y Muôn xinh đẹp, trẻ trung nên tôi cứ tưởng Y Muôn nhỏ tuổi hơn tôi. Ánh mắt tôi đang nhìn về xa xăm, Y Muôn tưởng tôi giận nên nhỏ nhẹ:

- Sợ cái bụng bộ đội nói vui thôi. Nhưng Bana với Kinh cũng là người Việt Nam cả phải không cậu!

Y Muôn đổi cách xưng hô một cách mau lẹ. Hai chúng tôi lặng lẽ nhìn nhau không nói gì. Không gian về khuya càng yên ắng, tiếng súng đã im bặt mấy ngày nay. Thỉnh thoảng đâu đó nghe tiếng đùng của đạn pháo đơn điệu. Tôi nhìn Y Muôn, khuôn mặt thanh tú, đôi mắt bồ câu tinh nghịch. Mấy ngày được Y Muôn chăm sóc như người chị, người mẹ tôi thấy mình đã khỏe thêm, lòng thầm cảm ơn bố A Đăm và Y Muôn nhiều lắm. Vậy là ngày mai phải xa Y Muôn, tôi muốn nói một điều gì đó mà sao khó quá. Hít một hơi thật sâu, lấy lại bình tĩnh tôi nhìn vào mắt Y Muôn:

- Nếu Y Muôn yêu bộ đội thì hãy chờ… chờ đợi Chiến nhé. Hẹn ngày thống nhất Chiến sẽ tìm về với Y Muôn. Nói rồi tôi bạo dạn hôn lên tóc, lên má Y Muôn. Dưới ánh trăng mờ ảo tôi thấy mặt Y Muôn đỏ lựng lên.

***

Ngọn gió ùa qua xua đi mấy con muỗi đang vo ve như đưa tôi về thực tại. Y Muôn nhìn tôi, phá vỡ sự im lặng cất tiếng:

- Vậy sau giải phóng đến giờ cậu đi đâu bặt tin, bắt Y Muôn chờ đợi đến bạc cả tóc. Nắm bàn tay xương xương của Y Muôn đang nóng ấm, tôi kể cho Y Muôn nghe những năm tháng cuộc đời lận đận của mình:

- Hết chiến tranh, cấp trên cho Chiến đi học sĩ quan ngoài Hà Nội. Học xong lại lên biên giới phía Bắc đánh quân bành trướng ở Lạng Sơn. Trong một trận chiến đấu ác liệt, Chiến bị thương nặng, rồi lạc đơn vị được một gia đình người dân tộc Dao cứu sống, Chiến mất liên lạc với đơn vị và rồi… ở lại thành là Thắng. Cuộc sống sau chiến tranh cực khổ, thiếu thốn. Vợ đi cuốc nương bị trúng mìn và mất. Chiến một mình nuôi con vất vả trăm đường. Ai cũng bảo đi thêm bước nữa nhưng lòng Chiến đã băng lạnh. Mấy lần khoác ba lô định đi tìm Y Muôn nhưng cảm thấy xấu hổ vì Chiến thấy có lỗi với lời hẹn năm xưa nên đành nuốt nỗi buồn vào trong lòng. Thằng Thắng nay đã học xong Đại học Kinh tế và đang làm luận văn thạc sĩ. Mới gần đây nó kết nối được với thủ trưởng Hoàng qua trang mạng xã hội, nhờ Đại tá Nguyễn Hoàng mới có cuộc hội ngộ này đây. Mà thôi chuyện xưa như cổ tích rồi được gặp lại người thân là Chiến mừng lắm. Mà này! Chuyện Thân là chồng của Y Muôn là sao?. Buông tay tôi Y Muôn kể chuyện về mình:

- Sau ngày giải phóng Y Muôn được phân công làm công tác Đoàn, rồi phụ nữ xã. Nhưng một số người xấu làm đơn tố giác gia đình Y Muôn đã cứu và nuôi tên lính ngụy nên cấp trên cho Y Muôn nghỉ công tác. Lúc bấy giờ Y Muôn buồn lắm, ngày đêm cứ mong tin tức của Chiến, chờ năm này qua năm khác vẫn biệt tin. Nỗi chờ mong yêu thương đã giấu kín trong lòng, còn một nỗi chờ khác là Chiến về để minh oan cho Y Muôn! Oan ức, chịu tiếng xấu, Y Muôn ngày đêm buồn bã, nhiều lúc nghĩ quẩn… Tuổi xuân dần qua đi, những sợi tóc mượt mà hương dầu dừa bắt đầu xơ cứng. Ông Thân, sau khi đi học tập cải tạo về ông ấy đi làm phụ hồ, bốc vác ở bến cá, bọn đầu gấu vì giành giật địa bàn làm ăn đã đánh cho gãy chân. Sau khi chữa lành bệnh lần mò tìm về với Y Muôn. Hai người thông cảm hoàn cảnh của nhau và như có sự định mệnh, ông Thân và Y Muôn nên duyên vợ chồng. Còn cha, vì buồn bực chuyện con cái không được như người ta nên sinh ra uống rượu, ông mất sau một lần tai biến nặng. Tưởng chừng như núi sập đè nặng lên cuộc đời Y Muôn. May sao gặp Đại tá Hoàng, Y Muôn cũng được minh oan mọi việc. Cấp trên muốn đưa Y Muôn trở lại công tác nhưng Y Muôn không nhận lời, đầu cũng đã hai thứ tóc rồi. Vợ chồng Y Muôn hùn vốn, vay mượn lối xóm mua mảnh đất này trồng rừng dừa. Ngày tháng cứ lầm lũi bên rừng dừa đợi ngày thu hoạch. Được mùa, dừa bán không xuể lại hì hục, thuê nhân công, đầu tư vốn xây dựng nhà máy chế biến nước dừa đóng chai, làm bánh kẹo dừa đặc sản, xơ dừa thì làm chổi, thân dừa thì làm đũa... Thương hiệu có tiếng trên mảnh đất Tam Quan này nên khách hàng đặt mua nhiều lắm. Khổ nỗi, Y Muôn bị nhiễm chất độc da cam, không sinh được cho ông Thân đứa con. Nhiều lần động viên ông Thân kiếm bên ngoài để có người nối dõi nhưng ông ấy bảo, mình có hàng trăm đứa con là con em cựu binh, thương, bệnh binh làm công nhân đó thôi. Nghe ổng nói vậy Y Muôn cũng yên tâm. Tiền thu nhập một phần tích cóp cho tuổi già, một phần Y Muôn làm từ thiện cho những người có hoàn cảnh đặc biệt khó khăn.

Tôi lại nắm tay Y Muôn một lần nữa và cất tiếng:

- Chiến có lỗi với Y Muôn nhiều lắm. Cho Chiến xin lỗi nhé!. Tay Y Muôn để yên trong tay tôi, giọng nói nhẹ nhàng trên khuôn mặt rắn rỏi, cất tiếng:

- Không ai có lỗi đâu cậu. Chỉ vì chiến tranh, nó đã cướp đi bao cuộc sống, bao mơ ước của con người. Mà thôi! Chuyện đã qua rồi...!

***

Sáng nay vợ chồng Y Muôn dẫn tôi và Đại tá Nguyễn Hoàng lên thăm khu xưởng chế biến dừa. Khu nhà xưởng thoáng đãng, nấp bóng dưới rừng dừa mát mẻ. Bước vào nhà xưởng mùi dừa thơm dịu ngọt hòa quyện hương biển làm cho không khí trở nên thanh thoát, một khung cảnh thanh bình đến lạ. Y Muôn bóc một gói kẹo dừa mời chúng tôi, rồi nhìn Đại tá Hoàng nói như để cho tôi cùng nghe:

- Công nhân ở đây đa số là con em cựu chiến binh, con em thương, bệnh binh đó anh. Em cũng muốn giúp đỡ họ, san sẻ một phần trong cuộc sống. Tôi cầm chiếc kẹo dừa trên tay, mùi hương dừa cứ dâng lên đầy lồng ngực.

Bốn bàn tay nắm chặt lưu luyến tạm biệt. Thân âu yếm nhìn vợ rồi nói với tôi:

- Anh Chiến! Đợt này về anh cho thằng Thắng vào đây giúp cho vợ chồng tôi quản lý nhà xưởng nhé!.

Hương dừa cứ quấn theo chúng tôi dâng tràn cả lên xe. Mùi hương chứa chan kỷ niệm cứ lâng lâng, dịu ngọt.

NGUYỄN ĐẠI DUẪN

LƯƠNG THIẾU VĂN

Cảm nhận truyện ngắn "NGƯỜI ĐÀN BÀ CHẶT TRE" trong tác phẩm "DÒNG SÔNG TRONG TRÍ NHỚ" ... của Nhà văn NGUYÊN MINH ...

Tôi bất chợt thức giấc vì sự chuyển động lắc lư của các toa tàu và tiếng bánh sắt nghiến trên đường ray có lẽ không dễ chịu chút nào với người lần đầu tiên đi tàu lửa như tôi, chắc tàu đang qua khúc quanh nào đó trong cuộc hành trình, cái con đường sắt được thiết lập hàng trăm năm nay chắc rệu rã, già nua lắm rồi, con đường đã rã rệu những lần phá hoại rồi tu bổ rồi phá hoại trong những năm chiến tranh dai dẳng của hai miền Nam Bắc, cho đến sau hòa bình nó mới được lành lặn một chút như thế nầy đây.

Dưới ánh sáng lờ mờ của ngọn đèn nhỏ trên nóc toa, tôi nhìn ra ngoài cửa sổ nhỏ hẹp thấy trời vẫn còn tối om, nhìn đồng hồ đeo tay tôi thấy đã hơn 4 giờ sáng. Như vậy là chúng tôi đã ở trên tàu hơn 8 tiếng đồng hồ. Tàu xuất phát từ ga Hà Nội, xưa tôi vẫn gọi nó là ga Hàng Cỏ, khi nhịp sống về đêm của thủ đô mới bắt đầu nhộn nhịp là chúng tôi đã vội rời xa để đi về phương Nam. Anh em trong tập san Quán Văn chúng tôi vừa làm cuộc hành trình lên Tây Bắc để thăm thú cảnh đẹp của miền sơn cước mà nếu không có hòa bình chắc không bao giờ tôi mơ tưởng đến điều đó. Tôi không biết tàu đã đi qua những đâu và ga sắp đến là ga nào. Không ngủ được tôi đành nhổm dậy, khom người lần theo góc thang nhẹ nhàng bước xuống sàn vì sợ làm ảnh hưởng đến giấc ngủ của những người trong toa dù họ là những người bạn đồng hành cùng tôi trong gần mười ngày nay vì giường của tôi ở trên cùng của toa giường nằm.

Bước ra ngoài hành lang tôi đi lần dọc theo các toa giường nằm san sát nhau, ngang qua một toa còn mở cửa tôi bắt gặp anh Nguyên Minh đang ngồi một góc sát cửa sổ và đang nhìn ra ngoài mặc dù còn rất tối, phía giường bên kia bỏ trống không biết của người nào vừa đi ra ngoài, tôi bước vào toa và ngồi vào chỗ đó đối diện với anh. Anh đưa mắt nhìn tôi rồi lại nhìn ra ngoài cửa sổ. Tôi biết anh đang trầm tư thôi chứ ngoài kia tối thui có gì đâu để mà nhìn. Tôi chợt hỏi anh:

Tàu chạy tới đâu rồi anh?

Anh trả lời mà không quay lại:

Anh cũng không biết nữa chắc gần tới Quảng Bình hay Quảng Trị gì đó cũng nên.

Rồi tôi cũng im lặng nhìn ra ngoài cửa sổ như anh. Lúc bấy giờ tôi mới thong thả ngắm toa tàu mà anh đang ngồi, chỗ anh ngồi là nơi chị Lan – vợ anh – đang nằm ngủ. Tư thế nằm ngủ thật hồn nhiên, cái chăn được đắp ngay ngắn cẩn thận trên ngực chị, có lẽ ông anh của tôi lâu lâu lại vén chăn sửa lại cho ngay ngắn đây mà, đôi lúc tôi cảm thấy có nụ cười nhẹ nhàng thoáng qua trên khuôn mặt phúc hậu của chị. Người phụ nữ ấy một thời sống trong *"Nhà cao cửa rộng. Xe hơi đời mới. Những vật dụng gia đình đều hạng cao cấp"* mà khi *"cơn gió bão của lịch sử kéo đến"* trong phút chốc trở thành người bà chân lấm tay bùn, bương chải đủ thứ, làm đủ mọi nghề để lo cho ông chồng ốm yếu đang bị bệnh dạ dày hành hạ mà tâm trạng luôn bực dọc vì cảnh ngộ bất đắc dĩ mà mình phải chịu đựng và ba đứa con thơ còn nhỏ dại mà không hề có sự trách móc oán than cho hoàn cảnh nghiệt ngã của thời cuộc. Cái vết sẹo trên ngón tay áp út của *"người đàn bà đã từng chịu đựng, vất vả lam lũ với cuộc sống"* mà tình cờ anh thấy được khi nằm kế bên sau một cuộc rượu say với bạn bè sau nhiều năm gặp lại. Người đàn bà ấy chỉ biết nói một cách nhỏ nhẹ:

"-Tưởng ông đã biết từ lâu! Mấy mươi năm rồi còn gì. Người đâu mà vô tâm vậy?

Tôi chỉ biết cười trừ. Và ngủ đi từ lúc nào không hay"

Thật ra tôi nghĩ lúc đó có lẽ anh quay mặt vô tường, mắt đã cay cay rồi mới chìm vào giấc ngủ lúc nào không hay mà thôi.

**

Tôi hơi lòng vòng câu chuyện của mình trước khi nói về một người phụ nữ đã gây cho tôi một cảm giác thân thiện và quí trọng. Không phải người phụ nữ nào cũng tạo cho ta một cảm giác như thế dù có thể ta tiếp xúc, gần gủi với họ từ lâu. Tôi đang muốn nói đến truyện ngắn "Người đàn bà chặt tre" của nhà văn Nguyên Minh trong tập truyện ngắn "Dòng sông trong trí nhớ của người đàn ông nhỏ nhắn đang ngồi đối diện với tôi trong toa tàu nhỏ hẹp nầy.

"Người đàn bà chặt tre" có thể xem là truyện ngắn hay tản văn gì cũng được, trong nhiều truyện ngắn của anh nhân vật chính thường xưng "tôi", và trong cái "tôi" của từng nhân vật ấy tôi lại bắt gặp cái "tôi" "Nguyên Minh" trong quá khứ và trong đời thường, cái đặc biệt người đọc văn Nguyên Minh thường dễ nhận ra anh lấy cốt truyện từ những nhặt nhạnh đâu đó trong cuộc đời nhiều thăng trầm và cũng lắm sốc nổi của mình để làm nên câu chuyện mà không phải ai cũng thích làm điều đó nhưng có sao đâu, miễn là đọc xong cái truyện hay tản văn nào đó nó còn đọng lại trong ta một xúc cảm mãnh liệt giống khi ta được uống một ly rượu mạnh hay nhẹ nhàng như khi được nghe một khúc nhạc trữ tình nào đó là được rồi cần gì hơn thế nữa phải không?

Cách mở đầu câu chuyện cũng thật thú vị và cũng rất tự nhiên kiểu "Nguyên Minh": Bạn bè cũ hẹn gặp nhau sau nhiều năm cách biệt, bạn bè thời tạp chí Ý Thức của anh(điều nầy thì có thật nghe) và trong mấy câu chuyện rôm rả ấy không thể không nhắc đến những năm tháng sang trang của lịch sử mà anh và các bạn anh đều là chứng nhân và bị dòng chảy ấy lôi cuốn đi xa lắc bến bờ. Dòng chảy ấy như một trận cuồng phong nhấn chìm tất cả:

"Trong trại học tập cải tạo năm nào, các bạn tôi là nhà văn đều trải qua, có người vác gỗ, có kẻ rút mây trong tận rừng sâu, lại có người phải lội sình lầy để chặt những cây tràm. Nhẹ nhàng hơn nhưng dè dặt hơn, tinh tế hơn là những người cầm rựa bén chặt từng cây tre, cột lại từng bó, kéo dài lê thê ra bờ sông thả trôi dòng. Vác gỗ, kéo mây, chặt tre đều để lại vài vết sẹo trên thân thể họ, như một chứng tích.

Nhắc lại chuyện cũ, các bạn tôi cười rộn rã cùng thốt lên:

- Khó nhất vẫn là chặt tre.

- Nhứt chặt tre, nhì ve gái mà.

Bỗng dưng tôi giật mình. Đàn ông nhất là lính tráng, khoẻ như trâu còn sợ đi chặt tre. Còn vợ tôi, một người đàn bà tay yếu chân mềm, sao ngày ấy nàng có thể làm công việc đó thế tôi. Đi chặt tre. Nhưng bao nhiêu năm qua có bao giờ tôi hỏi nàng về chuyện ấy."

Và câu chuyện mở ra bằng một khám phá vết sẹo nhỏ trên tay "nàng" mà nhiều năm "tôi" *"vô tâm"* không để ý tới. Cái thủ pháp vào truyện tự nhiên như vậy của anh tôi bắt gặp ở rất nhiều truyện ngắn khác của anh trong các tập: Màu Tím Hoa Mua,Như Sương Như Khói, Dòng Sông Trong Trí Nhớ...

Cũng giống như các bạn thanh niên miền Nam thời đó, tuy không bị tập trung học tập cải tạo, gia đình lại bị liệt vào thành phần tư sản mại bản, nhà cửa gia tài bị tịch thu, gia đình dắt díu nhau về một vùng đất khô cằn, xa lạ để sinh sống. Từ một gia đình sống trong *"Nhà cao cửa rộng"* phút chốc thành một kẻ không nhà, tha hương, nơi đến là một ngôi làng hẻo lánh, *"Hai vợ chồng tôi căng tấm nhựa, móc vào hai thân cây sào bằng tre, đủ che mưa che nắng tạm thời một vài hôm, trước khi chúng tôi dựng lên một mái nhà tranh vách đất."* Chố ở giống như túp lều trong trò chơi con nít, rất thảm phải không?

Trong một hoàn cảnh bi thảm như thế, với một ông chồng ốm yếu lại đang mang cơn đau dạ dày kinh niên, và hay cau có bực dọc vì hoàn cảnh, thêm ba đứa con nhỏ đang tuổi ăn tuổi lớn thì chắc hẳn người đọc ai cũng biết gánh nặng đè lên vai người phụ nữ như thế nào? Nếu chèo chống vụng về thì chắc chắn cái chưa nói đến việc thất bại ê chề nữa là. Khó là vậy mà nó được xếp ở hàng thứ hai sau chặt tre thì phải biết việc chặt tre không phải dễ nuốt đâu. Tôi để ý Nguyên Minh đã 2 lần thể hiện công việc chặt tre của "Vợ tôi" "*Như một cuộc chơi*". Thú vị thật

"Cơn sốt vẫn thường đến với tôi nên vợ tôi không cho tôi làm một gì nặng nhọc. Sợ tôi có mặc cảm nên nàng khẽ cười, vỗ về tôi: "Có nề hà gì đâu? Chặt tre, chỉ là một cuộc chơi","Khi biết chúng tôi sẽ dựng một mái nhà tranh, một ông già ở hàng xóm, ốm yếu ho hen, gợi ý giúp cho chúng tôi vài chục cây tre với điều kiện là chúng tôi phải tự chặt lấy mà mang về. Ông chỉ bụi tre ở tận đâu xa, qua những cánh đồng khô nức đất, qua một con mương nước đục ngầu, nằm cuối khu đất rộng mênh mông đầy những bụi xương rồng. Tôi cười, nói cám ơn. Lắc đầu từ chối vì tôi nghĩ ông già này chơi khăm muốn thử sức chúng tôi. Vợ tôi mau mắn hỏi tới: "Dạ, bao nhiêu tiền con trả?" Ông già ho vài tiếng mới nói nhỏ: "Cho không hai anh chị. Chặt được bao nhiêu tùy thích. Nhớ chặt những cây tre đực, chắc ruột mới tốt đấy". Tôi nghĩ ông già này chỉ nói đùa cũng như vợ tôi cũng đùa khi thốt lên với vẻ vui mừng mấy tiếng: "Dạ, cám ơn bác trước". Nhìn vẻ ngơ ngác trên mặt tôi, nàng nói: "Anh cứ để em. Có gì đâu. Như một cuộc chơi"."

Hãy xem việc chặt tre của "Vợ tôi" "*Có gì đâu. Như một cuộc chơi*" như thế nào đây:

"Một buổi sáng trời trong vắt, ánh nắng chưa tỏ, vợ tôi mặc một bộ đồ kaki bệch màu, chân mang đôi giày cao ống, đội cái mũ vải, cầm cái rựa bén cột vào thành chiếc xe đạp. Lên đường."

Mặc cho sự sốt ruột bồn chồn và những tưởng tượng có chiều hướng bi quan ảm đạm, ra vào lo lắng, lại đâm giận ngang hông ông già lối xóm tốt bụng cho tre cất nhà của "tôi" thì xế trưa đã nghe lũ trẻ reo inh ỏi: - Ba ơi! Mẹ về! Mẹ về!

"Tôi" chỉ còn biết thở ra nhẹ nhỏm và vội chạy ra ngoài tiếp vợ lấy tre ra khỏi chiếc xe đạp đầy bụi mà thôi.

""*Tôi vội vã chạy ra, tháo sợi dây thừng đã cột chặt bó tre, bỏ xuống từng cây một xuống đất. Vợ tôi thở dốc một lát, hai bàn tay nàng lau chùi những hạt mồ hôi còn nhễ nhại trên trán. Xong, hai chúng tôi cầm lấy mỗi đầu tre, vác vào ngõ, vứt đại xuống. Vợ tôi thở nhẹ như trút một gánh nặng. Tôi chỉ những vết xước trên bàn tay nàng, bấy giờ nàng mới xúyt xoa kêu rát, nhưng để tôi yên lòng nàng cười nhẹ, nói nhỏ:*

gia đình nhỏ bé ấy không sớm thì muộn cũng tan đàn xẻ nghe mất thôi.

"Vợ tôi" được gắn vào câu chuyện là một điều hiển nhiên, và trong cuộc sống một khi người đàn ông gọi người đàn bà là "Vợ tôi" là điều mà họ muốn mặc định sự gắn bó và yêu thương với người phụ nữ chỉ có điều là họ không biểu hiện bằng hành động mà thôi. Vì sao vậy? Vì trong suốt câu chuyện kể tôi không thấy lần nào tác giả miêu tả bộc lộ sự khó chịu, cay đắng hay lớn tiếng với chồng con dù trong hoàn cảnh đôi lúc "cho phép" người đàn bà được gọi là "Vợ tôi" làm điều đó. Hãy lấy thí dụ mấy đoạn văn sau:

"Đầu tiên là tôi cầm cây bút chì ngoặc nghệch trên tờ giấy trắng kẻ ngang học trò một mái nhà tranh. Làm mẫu. Đâu cần như thế. Có phải tôi muốn thả hồn mình vào đó. Có phải tôi muốn nhớ lại những bài thơ học thộc lòng trong sách Quốc văn giáo khoa thư tả về một mái nhà tranh ở thôn quê. Vợ tôi nhìn bản vẽ. Nàng cười mà nói đùa:

- Sao không thấy hai quả "tim chì" cùng ba quả "tim đồng" với một lu nước lã cùng một cây gậy gắn lên một gáo dừa khô. Thôi anh coi chừng lũ nhỏ em đi chặt tre đây."

"Tôi vội vã chạy ra, tháo sợi dây thừng đã cột chặt bó tre, bỏ xuống từng cây một xuống đất. Vợ tôi thở dốc một lát, hai bàn tay nàng lau chùi những hạt mồ hôi còn nhễ nhại trên trán. Xong, hai chúng tôi cầm lấy mỗi đầu tre, vác vào ngõ, vứt đại xuống. Vợ tôi thở nhẹ như trút một gánh nặng. Tôi chỉ những vết xước trên bàn tay nàng, bấy giờ nàng mới xuýt xoa kêu rát, nhưng để tôi yên lòng nàng cười nhẹ, nói nhỏ:

- Ăn thua gì. Ngày mai tụi mình sẽ cất một mái nhà tranh, vách đất."

Còn chuyện chặt tre. Đây mới là chủ đề chính của truyện ngắn: Ngay từ đầu truyện nhân vật "tôi" đã nêu quan điểm của mình rồi: Nhứt chặt tre, nhì ve gái. Một chàng trai khi thầm thương trộm nhớ một cô gái nào đó thì anh ta tìm đủ mọi cách để ve cho được, ai đã từng trải qua thời kỳ ve gái mới biết "khó động trời mây" khi muốn được nàng xiêu lòng chứ giởn chơi chứ

- Ăn thua gì. Ngày mai tụi mình sẽ cất một mái nhà tranh, vách đất."

Rồi nhà cũng dựng xong, cô "Vợ tôi" còn làm cho chúng ta thật sự khâm phục về sự vén khéo, tháo vát cũng như nhanh nhẹn trong công ăn việc làm sau nẩy: Hái rau tập tàng mọc ở những bãi hoang để cải thiện và tự trồng rau đem ra chợ bán, bắt cá trong mương trước nhà, bắt trai nấu cháo, nuôi vịt lấy trứng, nuôi heo, làm phân chuồng, nuôi gà rồi chuyển sang trồng nho, lại bắt kịp thị trường bằng cách mua ti vi màu nội địa và đầu máy, mướn băng về chiếu kiếm thêm thu nhập... Không biết khi viết truyện ngắn nẩy Nguyên Minh có bỏ sót một việc làm nào của "Người đàn bà chặt tre" không nữa, mà chỉ riêng cái việc chặt tre không thôi bản thân tôi cũng phục "Vợ tôi" sát đất rồi.

Sau nẩy khi trở về thành phố sống, khoảng đời gian nan, khốn khó đó chỉ còn lại những ký ức buồn vui của một thời bao cấp. Dù vui dù buồn nó cũng theo ta suốt khoảng đời còn lại mà thôi.

Cuối cùng tôi cũng muốn nói với các bạn điều nẩy. Cái câu "Nhứt chặt tre, nhì ve gái" xem ra chẳng "ép phê" gì với "Vợ tôi"cả vì cô đã nắm được bí quyết của nó:

"...khi tôi hỏi vợ tôi:

- Chặt tre có khó không?

- Có gì khó đâu, ta chỉ cần rọc đi những cái mắc nhỏ đầu nhọn, để thân tre suôn đuột, rồi một phát rựa vào gốc là xong."

Vậy mà trên đời nẩy không phải ai cũng hiểu được đạo lý đó phải không?

**

Bỗng đoàn tàu lắc mạnh rồi giảm tốc từ từ, sau cùng thì dừng hẳn. Trời đã hừng sáng. Tôi và anh Nguyên Minh chăm chú nhìn ra ngoài cửa kính nhỏ hẹp của toa tàu. Ba chữ "GA ĐÔNG HÀ" màu đỏ to gắn trên nóc của nhà ga, tôi nhìn sang anh nói nhẹ:

Mình đã đến Quảng Trị rồi đó anh.

Ừ! Đến Quảng Trị rồi.

Anh không nói gì thêm, tôi cũng im lặng. Tàu đã qua sông Bến Hải, qua cầu Hiền Lương nơi mà hơn chục năm trước trên đường thiên lý tôi đã dừng lại rất lâu và bước một cách chậm chạp qua những tấm gỗ lót trên cầu nối hai bờ sông Bến Hải. Dòng sông đã chia cắt hai miền đất nước hơn hai thập kỷ. Đất nước hòa bình nhưng nỗi đau vẫn còn đó chưa liền sẹo. Buồn biết bao.

Tiếng còi tàu lại hú lên, khói trắng lại phun lên thải lên bầu trời và tàu bắt đầu trôi. Trong ánh nắng rực rỡ của những ngày cuối năm, đoàn tàu lại đi qua bao làng mạc, màu xanh của ruộng vườn, nương rẫy và những lũy tre làng cứ lui dần về phía sau. Hình ảnh bao lũy tre xanh xanh chạy dài làm tôi lại nhớ đến truyện 'Người đàn bà chặt tre" trong suốt khoảng đường còn lại khi tàu về đến ga Huế.

LƯƠNG THIẾU VĂN

Danh ngôn

Lạc quan là niềm tin dẫn tới thành tựu. Bạn chẳng thể làm được điều gì mà thiếu đi hy vọng và sự tự tin.

Optimism is the faith that leads to achievement. Nothing can be done without hope and confidence.

Helen Keller

(1880 – 1968) Nhà văn, nhà hoạt động chính trị và giảng viên người Mỹ, người mù và điếc đầu tiên nhận được bằng Thạc sỹ Nghệ thuật.

Hãy tin vào điều gì đó lớn lao. Cuộc đời bạn đáng giá có một động cơ cao cả.

Believe in something big. Your life is worth a noble motive.

Walter Inglis Anderson

(1903 - 1965) Họa sỹ và nhà văn người Mỹ.

NGƯỜI SÔNG HẬU
TÔI CÒN NỢ EM BÀI HỌC LÀM NGƯỜI

Rồi cũng bỏ tôi đi
Chiếc bảng đen màu sơn bong tróc
Hoa phấn rơi bao mùa càng thêm trắng tóc
Phút trầm tư cho tiết học cuối cùng
Mấy mươi năm lý tưởng cũng vơi dần
Bao ước vọng của một thời trai trẻ
Tôi như kẻ đưa đò
Lỡ bước qua sông.

Mười năm đã qua đi
Ngày rời xa bục giảng
Ngỡ lòng mình như dòng sông trôi đi thanh thản
Đám rong phiền muộn bám lấy từng đêm
Bay theo mây trắng
Cổng trường như màn nhung khép lại
Tôi không còn vai diễn
Bỗng thấy cay đôi mắt
Trước những câu hỏi của cuộc đời
Chưa có lời giải đáp
Tôi đã dạy em được điều gì

Về quê hương đất nước
Về tình yêu con người
Trong những tháng năm nhọc nhằn của một thời bao cấp.

Biết đấu tranh
Khi giặc ngoại xâm lăm le bờ cõi
Biết căm hờn
Khi biển đảo tang hoang
Biết xót đau
Khi tài nguyên cạn kiệt
Biết giận dữ
Trước bao điều hiểm ác
Biết yêu thương
Bao cảnh đời bất hạnh
Và biết tự đứng lên trên đôi chân không dị dạng
Để em khỏi ngỡ ngàng khi đọc được bài thơ
"Đất nước mình ngộ quá phải không anh?"*
Tôi mãi mãi còn nợ em
Bài học làm người
Tử tế.

NGƯỜI SÔNG HẬU

HỒ XOA

Thân xác

Mùa thu bây chỉ còn xác chết
Thơ rỉa rói cả ngàn năm
Tóc thi sĩ không rõ màu đen trắng

Trên cánh đồng muôn đời cày xới
Nắng buồn trên những bóng cây trơi
Dáng mẹ luân hồi không tiếng gọi

Hoang vắng đầu truông chút hồn Tây Tạng
Mùa này đi trên xác những mùa kia
Gã làm thơ như Lạt Ma mắc nợ cõi đời

Sông vẫn trôi xanh màu dĩ vãng
Bờ cổ độ trông theo nức nở kinh cầu
Mấy hành trình vĩnh viễn về đâu

Những bó hoa đã đầy trên hố rác
Người hôn nhau trên xác Tình yêu
Loài chim hoang vu lạc bóng mưa chiều

HỒ XOA

NGUYỄN AN BÌNH
TRÊN TỪNG PHIẾN LÁ XANH NON

Hình như trên từng con phố nhỏ
Se ngọt lòng tôi buổi sớm mai
Có lẽ mầm xuân đang trở giấc
Gọi mùa lên chớm nụ giêng hai.

Sài gòn má hồng môi con gái
Nghiêng nghiêng từng giọt nắng dậy thì
Mộng đời ẩn sâu trong đáy mắt
Chỉ sợ một người muốn quên đi.

Thêm một ngày vui lòng đã khác
Xanh tươi màu nắng áo em phơi
Xôn xao cả đường hoa Nguyễn Huệ
Một khoảng trời riêng tiếng em cười.

Sài Gòn thương cánh chim di trú
Hiên nhà chiếm ở tự bao giờ
Cần mẫn tha rơm về xây tổ
Cứ mỗi bình minh hót líu lo.

Trên từng phiến lá xanh non ấy
Lấp lánh xuân hồng gọi thiết tha
Cuộc sống có bao điều mới mẻ
Vườn nhà tôi thêm một nụ hoa.

NGUYỄN AN BÌNH

HOA CỦA VƯỜN XƯA

Hình như mùa đã khác
Màu nắng lạ vô ngần
Ta thấy hồn xao xác
Cuốn theo lá ngoài sân.

Hoa tường vi vẫn nở
Tim người có bao dung
Lựu đầu hồi rực đỏ
Cháy hết đời thủy chung.

Tìm trong khung trời cũ
Dấu nào dấu chim bay
Trôi theo dòng mưa lũ
Có thầm nhắc tên ai.

Trăng bên hồ xao động
Ẩm ướt một bờ rêu
Xanh một thời mộng mị
Dạt trôi lòng hắt hiu.

Lá trở mình thức giấc
Khắc khoải đợi bình minh
Nhựa trào dâng cứu rỗi
Đợi giờ phút hiển linh.

Đã bao lần tháng tám
Ta trở lại vườn xưa
Hoa ơi thời tuổi trẻ
Còn nở một chiều mưa?

NGUYỄN AN BÌNH

HÀ VŨ GIANG CHÂU
TỪ KHI TA YÊU NGƯỜI

Như biển xanh mùa hạ
Ta ươm mình trong mây
Em mùi hương trời lạ
Qua hồn ta ngất ngây

Em nét đẹp phương đông
Ta nghe lòng như say
Em mặt trời tươi hồng
Ta ngàn năm trái đất

Mình em ru tiếng hát
Vô tình ta đâu hay
Nghe tim mình rào rạt
Hạt bụi vàng bay bay

Giàn hoa giấy nở đầy
Vầng trán hôn theo gió
Hạnh phúc chợt đâu đây
Nụ cười em rạng rỡ

Nón nghiêng vành e ấp
Áo hoa cà em bay
Biển xanh trời xuống thấp
Mắt đong đầy chiều nay

HÀ VŨ GIANG CHÂU

PHỐ CỔ

Mùa xuân se lạnh, sao hiện trong hoa
Vườn không hiu quạnh, rêu phủ mái nhà
Vài cành cây sa, tường đong ngói đổ

Chim quyên làm tổ, dưới cội hoa đào
Sen tơ gió thổi, cá đớp bèo ao
Cành lá lao xao, vài tầng mây nổi

Cảnh cũ tịch liêu, đa già vi vút
Tường gạch trút xiêu, đường lau hun hút
Cầu ao đứt nhịp, ngõ vắng tiêu điều

Trong vườn tịch mặc, dòng chim hóa thân
Nhện vương phiêu dạt, vũ trụ rất gần
Rêu trải trước sân, ươm xanh hạt cát

Về đứng lặng thinh, trầm tư nặng trĩu
Suối ngủ ươm tình, hồn vương quạnh quẽ
Ngước nhìn rất khẽ, quay bước một mình.

HÀ VŨ GIANG CHÂU

NGUYỄN MINH TIẾN

Lời Phật dạy về gieo nhân gặt quả

Vào khoảng những năm cuối thập niên 70 của thế kỷ trước, tôi đã có thời gian sống tĩnh mịch giữa một vùng đất hoang vu với rừng cây vây quanh. Xin đừng hiểu lầm, tôi không đến vùng đất này để ẩn tu hay suy ngẫm thế sự, mà mục đích chính chỉ đơn giản là để khai khẩn đất đai trồng các loại nông sản như đậu xanh, đậu phộng, bắp (ngô)... Vào thời gian đó, đây là phương tiện kiếm sống hầu như duy nhất của gia đình tôi. Mặc dù vậy, nhờ vào sự thích hợp của môi trường sống nên phải thừa nhận rằng đây là quãng thời gian tôi đã có được những thành tựu, tiến bộ hết sức đáng kể về mặt tinh thần.

Sống giữa thiên nhiên và không có nhu cầu giao tiếp, thời gian đó tôi được trải nghiệm cảm giác của một con người gần như hoàn toàn vô tư và... vô sản. Ngoài một số rất ít những thứ thiết yếu như quần áo, xoong nồi, cuốc xẻng... nơi tôi sống hầu như chẳng có gì giá trị. Những gì tôi đang sở hữu, nếu có thể gọi như thế, đều nằm cả trên khu đất rẫy với các loại cây trồng. Nhu cầu cuộc sống hằng ngày chẳng có gì nhiều và những bữa ăn thì thường xuyên đơn sơ đến mức có thể tự chuẩn bị chỉ trong mười, mười lăm phút. Rau xanh không phải trồng, vì chỉ cần hái rau dại, vừa tươi ngon phong phú, có thể tha hồ đổi món mỗi ngày, lại hoàn toàn không mất tiền mua. Ngoài một ít lương thực dự trữ tối thiểu như gạo, muối... thỉnh thoảng cần được tiếp tế, còn thì tất cả đều sẵn có tại chỗ.

Cuộc sống thật bình yên, hầu như không có gì khuấy động. Bài toán duy nhất mà tôi phải bận tâm giải quyết trong năm là hiệu quả. Chẳng hạn, những nơi đất có độ xốp cao nên trồng đậu phộng, phần đất đen pha sỏi rất thích hợp để trồng đậu xanh, trong khi một số phần đất khác chỉ thích hợp để trồng bắp đỏ...

Sau khi gieo hạt xong, mọi thứ gần như đều tự chúng phát triển và công việc chăm sóc hằng ngày rất đơn giản, tuy có phần hơi nhọc nhằn, vất vả nhưng lại chẳng có gì để phải bận tâm suy nghĩ.

Mà quả thật đâu có gì để phải bận tâm suy nghĩ? Khi bạn đã gieo hạt đậu trên một phần đất nào đó, thì điều tự nhiên và chắc chắn là bạn sẽ nhìn thấy những cây đậu mọc lên. Sau một quá trình chăm sóc thích hợp, bạn sẽ thu hái được những quả đậu để tách lấy hạt... Ngược lại, ở những nơi bạn đã gieo hạt bắp, thì điều tất nhiên là bạn chỉ có thể mong đợi sẽ thu hoạch được những quả bắp.

Nếu gọi đây là một nguyên tắc, thì có lẽ nó là nguyên tắc đơn giản và dễ hiểu nhất trong thế giới tự nhiên. Hẳn bạn không cần phải chờ đợi một sự chứng minh hay biện luận gì thêm mới tin vào tính đúng đắn của nguyên tắc này. Thật quá đơn giản phải không? Bạn trồng đậu và thu hái đậu, hoặc trồng bắp và thu hái bắp! Hay nói một cách khái quát hơn, bạn gieo nhân nào sẽ gặt quả nấy. Thế thôi!

Nhưng một khi ta mở rộng nguyên tắc này đến những phạm trù trừu tượng hơn, vấn đề sẽ không còn đơn giản nữa. Chẳng hạn, khi cần đến lời khuyên ứng xử từ một bậc trưởng thượng nào đó, bạn có thể nhận được những chỉ dẫn đại loại như: "Gieo gió gặt bão", "Gieo nhân lành gặt quả tốt", "Gieo nhân ác gặt quả xấu"... Những cái nhân được đề cập ở đây như là "nhân lành", "nhân ác"... hoàn toàn không cụ thể và dễ nhận biết như những hạt đậu, hạt bắp... Và vì thế, nếu cần phải chứng minh một cách cụ thể những phát biểu như trên, bạn có thể sẽ phải hết sức bối rối!

Tuy nhiên, để đưa ra những khái niệm phân biệt "nhân ác", "nhân lành", dù có phần trừu tượng nhưng cũng là việc có thể làm, vì chúng ta vẫn tìm được những tiêu chí khác nhau để thẩm định, phân biệt. Nhưng vấn đề trở nên phức tạp hơn nhiều khi chúng ta buộc phải đi tìm một mối liên hệ cụ thể giữa "nhân" và "quả" trong những trường hợp này.

Chúng ta có thể quan sát và đo đếm được quãng thời gian cụ thể từ khi gieo hạt đậu cho đến khi thu hái quả đậu. Nhưng điều này hoàn toàn không thể thực hiện được trong trường hợp quan sát mối liên hệ giữa "nhân lành" và "quả tốt" hay "nhân ác" và "quả xấu". Nếu chúng ta chấp nhận tính đúng đắn của nguyên tắc này thì điều đó chỉ có thể là dựa vào sự trực nhận và niềm tin chứ không thể đòi hỏi một sự chứng minh cụ thể thông qua các biểu hiện trong thế giới vật chất.

Người đầu tiên đưa ra phát biểu về nhân quả theo cách như trên chính là đức Phật. Hơn thế nữa, những lời dạy của ngài còn hình thành cả một hệ thống lý luận chặt chẽ dựa trên nguyên lý nhân quả. Đức Phật dạy rằng, mỗi một hành vi của chúng ta đều tạo thành những kết quả tương ứng, cũng tương tự như những hạt đậu sau khi gieo xuống đất sẽ nảy mầm thành cây đậu. Những hành vi tốt đẹp sẽ mang lại kết quả tốt đẹp, nghiệp lành, hay thiện nghiệp; những hành vi xấu ác sẽ dẫn đến kết quả không tốt đẹp, nghiệp xấu, hay ác nghiệp. Tuy nhiên, do tiến trình nhân quả này phức tạp hơn nhiều so với sự nảy mầm của cây đậu, cây bắp... nên có rất nhiều yếu tố liên quan cần phải xét đến mới có thể thấu hiểu được.

Đối với chúng ta, việc chứng minh cụ thể về tính chính xác của những điều nói trên là hoàn toàn không thể được. Bạn chỉ có thể tin hoặc không tin, và điều đó là quyền lựa chọn của bạn. Tuy nhiên, tôi sẽ cố gắng đưa ra một số đề nghị về sự chọn lựa này. Nhưng nếu bạn không tự mình vận dụng sự suy xét phán đoán của bản thân mà cứ nhất định muốn tôi hay bất kỳ ai đó hãy chứng minh một cách cụ thể những điều nói trên, thì có lẽ bạn sẽ không bao giờ được thỏa mãn, đơn giản chỉ là vì trong giới hạn đời sống hiện tại của chúng ta thì đó là điều không thể làm được.

Tuy nhiên, đối với đức Phật thì vấn đề hoàn toàn khác biệt. Sau khi chứng ngộ, ngài có được khả năng nhìn thấu suốt và hiểu được một cách rõ ràng, minh bạch về nghiệp quả của mọi chúng sinh cũng như chính bản thân ngài trong vô số kiếp đã qua. Trong kinh Mahasaccaka thuộc Trung bộ kinh, đức Phật mô tả về năng lực của ngài sau khi chứng đạo như sau:

Với tâm định tĩnh, thuần tịnh trong sáng không cấu nhiễm, không phiền não, nhu nhuyến, dễ sử dụng, vững chắc, bình tĩnh như vậy, Ta dẫn tâm, hướng tâm đến Túc mạng minh. Ta nhớ đến các đời sống quá khứ, như một đời, hai đời, ba đời, bốn đời, năm đời, mười đời, hai mươi đời, ba mươi đời, bốn mươi đời, năm mươi đời, một trăm đời, một ngàn đời, một trăm ngàn đời, nhiều hoại kiếp, nhiều thành kiếp, nhiều hoại và thành kiếp. Ta nhớ rằng: "Tại chỗ kia, ta có tên như thế này, dòng họ như thế này, giai cấp như thế này, thọ khổ lạc như thế này, tuổi thọ đến mức như thế này. Sau khi chết tại chỗ kia, ta được sanh ra tại chỗ nọ. Tại chỗ ấy, ta có tên như thế này, dòng họ như thế này, giai cấp như thế này, thọ khổ lạc như thế này, tuổi thọ đến mức như thế này." Như vậy, ta nhớ đến nhiều đời sống quá khứ cùng với các nét đại cương và các chi tiết...[1]

Không những có khả năng nhớ lại và thấy biết rõ về nhiều đời sống quá khứ của chính mình, đức Phật còn có khả năng thấy biết rõ ràng về đời sống của tất cả chúng sinh, thấu suốt được những nguyên nhân nào đã dẫn đến những kết quả nào trong đời sống của mỗi chúng sinh. Ngài nói rõ về điều này cũng trong bản kinh vừa trích dẫn trên như sau:

Với tâm định tĩnh, thuần tịnh trong sáng không cấu nhiễm, không phiền não, nhu nhuyến, dễ sử dụng, vững chắc, bình tĩnh như vậy, ta dẫn tâm, hướng tâm đến trí tuệ về sanh tử của chúng sanh. Ta với thiên nhãn thuần tịnh, siêu nhân, thấy sự sống và chết của chúng sanh. Ta biết rõ rằng chúng sanh, người hạ liệt kẻ cao sang, người đẹp đẽ, kẻ thô xấu, người may mắn, kẻ bất hạnh đều do hạnh nghiệp của họ. Những chúng sanh làm những ác hạnh về thân, lời và ý, phỉ báng các bậc Thánh, theo tà kiến, tạo các nghiệp theo tà kiến; những người này, sau khi thân hoại mạng chung, phải sanh vào cõi dữ, ác thú, đọa xứ, địa ngục. Còn những chúng sanh nào làm những thiện hạnh về thân, lời và ý, không phỉ báng các bậc Thánh, theo chánh kiến, tạo các nghiệp theo chánh kiến; những vị này sau khi thân hoại mạng chung, được sanh lên các thiện thú, cõi trời, trên đời này. Như vậy, ta với thiên nhãn thuần tịnh, siêu nhân, thấy sự sống chết của chúng sanh. Ta biết rõ rằng chúng sanh, người hạ liệt, kẻ cao sang, người đẹp đẽ, kẻ thô xấu, người may mắn, kẻ bất hạnh, đều do hạnh nghiệp của họ.[2]

Như vậy, đức Phật đã có thể nhìn thấy rõ tất cả chúng sinh và nghiệp quả của họ trong nhiều đời, nhiều kiếp. Ngài thấy rõ do những hành vi như thế này dẫn đến nghiệp quả như thế này, hoặc do những hành vi như thế kia dẫn đến nghiệp quả như thế kia... Tất cả những điều đó đối với ngài trở nên đơn giản và rõ ràng giống như khi chúng ta quan sát tiến trình nảy mầm của một hạt đậu để trở thành một cây đậu và cho quả đậu!

Và một khi sự việc đã trở nên đơn giản đến thế thì còn cần gì phải giải thích hay chứng minh? Vì thế, nguyên lý nhân quả được đức Phật nêu ra như một chân lý hiển nhiên, một tiến trình tất yếu mà chúng ta dù muốn hay không vẫn phải chấp nhận.

Nhưng để chứng minh điều này với những con người bình thường như chúng ta, chưa có được trí tuệ và năng lực sáng suốt của một vị Phật, thì đức Phật cũng không thể làm gì khác hơn ngoài việc đưa ra những xác tín về sự thấy biết của ngài. Đơn giản chỉ vì chúng ta không có khả năng nhìn thấy rõ tiến trình nhân quả như ngài, nên không có cách nào để chỉ ra cho ta thấy được. Cũng tương tự như khi bạn muốn chỉ cho một người mù thấy được tiến trình nảy mầm và kết quả của cây đậu, cây bắp... điều đó sẽ là không thể được, bởi họ không có khả năng nhìn thấy. Đức Phật dạy rằng, do sự che lấp của vô minh và nghiệp lực nên chúng ta cũng giống như những người mù, không có khả năng nhìn thấu suốt tiến trình nhân quả của bản thân ta cũng như của mọi người khác quanh ta.

Với trí tuệ của bậc giác ngộ, đức Phật đã nhìn thấy toàn bộ tiến trình nhân quả. Và vì điều đó là cực kỳ quan trọng để giúp chúng ta tu tập tiến bộ trên con đường tâm linh, nên đức Phật đã để lại những lời dạy hết sức cặn kẽ về lý nhân quả trong nhiều kinh điển, nhằm giúp chúng ta có thể hiểu và tin nhận được những điều mà bản thân ta chưa đủ khả năng nhìn thấy một cách toàn diện. Một khi chúng ta có thể đặt niềm tin vào đức Phật, chúng ta sẽ thấy rằng việc tin nhận những lời dạy của ngài về nhân quả là điều tất yếu và mang lại rất nhiều lợi ích.

Ví như có một đứa con chưa từng đi xa, không có bất kỳ sự hiểu biết trực tiếp nào về con đường và nơi mình sắp đi đến; đứa con ấy cần phải tin tưởng và nghe theo những chỉ dẫn của người cha, là người có đầy đủ kiến thức, hiểu biết thấu suốt và toàn diện về nơi mà người con ấy sắp đi đến. Kiến thức của người cha và tình thương đối với đứa con là những yếu tố không thể đặt nghi vấn, nên người con có thể tin nhận mà không cần đòi hỏi gì khác. Cũng giống như thế, tâm từ bi và trí tuệ của đức Phật là những yếu tố không thể đặt nghi vấn, và người Phật tử cần phải tin nhận nếu muốn hướng đến một cuộc sống tốt đẹp hơn.

Tuy nhiên, nói như thế không có nghĩa là chúng ta hoàn toàn không thể phán đoán suy xét gì đối với những lời dạy của đức Phật về nhân quả. Ngược lại là khác. Vì chúng ta hoàn toàn có thể tự mình kiểm chứng, chiêm nghiệm mỗi vấn đề xảy đến cho chính bản thân ta và mang ra soi rọi dưới ánh sáng của lý nhân quả để thấy được tính chính xác và hợp lý của nó.

Lấy ví dụ, khi ta được chỉ dẫn đường đi ở một thành phố xa lạ, ta không có cách gì để biết được ngay rằng những chỉ dẫn mình đã nhận được từ ai đó là chính xác hay không. Tuy nhiên, khi bắt đầu đi theo những chỉ dẫn đó, ta sẽ có khả năng kiểm chứng, đối chiếu những chỉ dẫn này với những gì ta nhìn thấy trên đường đi, qua đó ta có thể tiếp tục đặt niềm tin vào những chỉ dẫn này hoặc nhận ra sự sai lệch và quyết định tìm kiếm những chỉ dẫn từ một người khác.

Cũng vậy, chúng ta không thể tức thời biết được ngay rằng những chỉ dẫn của đức Phật về con đường dẫn đến sự giải thoát có hoàn toàn là chính xác hay không, nhưng qua việc khởi sự thực hành những lời dạy của ngài, ta sẽ có khả năng chiêm nghiệm, phán xét những kết quả đạt được và những lợi lạc từ đó sẽ giúp ta củng cố niềm tin sâu vững vào những lời dạy của đức Phật. Chính trong ý nghĩa này mà kinh Duy-ma-cật có dạy rằng: "Tùy kỳ phát hành tắc đắc thâm tâm." (Từ chỗ khởi làm mà có được lòng tin sâu vững.)[3]

Những gì đức Phật dạy về nhân quả cũng thế. Tuy chúng ta không có khả năng nhìn thấu suốt và toàn diện như đức Phật để thấy rõ nhân quả, nhưng ta có thể nhận biết rõ ràng những kết quả thực hành ngay trước mắt. Ta cũng có thể phán xét, chiêm nghiệm để thấy rõ tính chính xác và hợp lý của những lời dạy đó.

Khi đức Phật dạy rằng những hành vi xấu ác sẽ dẫn đến những kết quả xấu, những ác nghiệp, thì mặc dù ta không thể nhìn thấy ngay những ác nghiệp đó, ta vẫn có thể nhận biết phần nào tính chính xác và hợp lý của lời dạy này qua việc phán xét và chiêm nghiệm những gì quan sát được ngay trong hiện tại.

Khi một tư tưởng, lời nói hay hành vi xấu ác được thực hiện, ta có thể dễ dàng nhận ra những tác động tức thời của nó đối với tâm thức ta. Đó là vì, mỗi một tư tưởng, lời nói hay hành vi xấu ác đều luôn đi kèm với những trạng thái tâm tương ứng như tham lam, sân hận, si mê, ganh ghét, đố kỵ, oán hờn, ích kỷ... được gọi chung là những tâm niệm xấu. Những tâm niệm xấu như thế luôn khiến ta rơi vào tâm trạng bực dọc, khó chịu, căng thẳng, lo lắng và bất an. Chúng đốt cháy mọi sự an ổn, thanh thản trong ta, khiến ta không thể cảm nhận được bất kỳ niềm vui nào, cho dù quanh ta có sẵn có mọi nguồn vui.

Ngược lại, khi ta khởi sinh những tư tưởng hiền thiện, nói ra hoặc thực hành những điều tốt đẹp, lợi mình lợi người, thì tự thân việc đó đã mang đến cho ta những niềm vui tức thời, không phải chờ đợi qua thời gian mới nhận biết được. Trong lòng tathấy an vui, thanh thản nhờ vào những việc tốt đã làm, và điều đó diễn ra một cách hoàn toàn tự nhiên, không cần đến bất kỳ tácđộng nào khác từ bên ngoài.

Như thế, cho dù ta không có khả năng nhìn thấu suốt để thấy được nghiệp quả mai sau như đức Phật, nhưng ta vẫn có thể phán xét và phân biệt được sự khác biệt rất rõ ràng những kết quả mang lại bởi việc tốt và việc xấu là khác nhau như thế nào. Ta cũng có thể tự mình trực nhận được điều đó trong tâm hồn mà không cần đến một sự giải thích hay chứng minh nào từ người khác.

Tuy nhiên, có lẽ điều mà hầu hết chúng ta dễ nảy sinh nghi vấn nhất là: tiến trình nhân quả đã diễn ra như thế nào? Bởi vì, do không thể quan sát được một cách toàn diện, ta không thể hiểu được vì sao giữa nhân và quả vẫn luôn giữ được mối tương quan chặt chẽ ngay cả khi có những cách biệt rất xa về không gian và thời gian. Như đã nói, điều này hoàn toàn khác biệt với trường hợp của hạt đậu nảy mầm thành cây đậu, bởi nó vượt ngoài khả năng quan sát của chúng ta. Một người tạo nghiệp tại đây, vào lúc này, nhưng rồi lại thọ lãnh nghiệp quả tại một nơi khác, vào lúc khác, và rất thường là trong một đời sống khác... Như vậy, mối quan hệ vượt thời gian và không gian giữa nhân và quả phải được chứng minh hoặc giải thích như thế nào?

Đức Phật đã giải thích về điều này rất cụ thể và chi tiết, nhằm giúp chúng ta có thể nhận hiểu được vấn đề một cách toàn diện và chính xác chứ không chỉ đơn thuần là nghe qua và tin nhận. Về mối tương quan giữa nhân và quả, đức Phật chỉ rõ rằng đó là một tiến trình liên tục thông qua sự ghi nhận và lưu giữ trong tâm thức chúng ta. Chính dòng tâm thức tương tục của mỗi chúng sinh đã đóng vai trò kết nối trong tiến trình nhân quả. Mỗi một tư tưởng, lời nói hay hành vi khi thực hiện đều để lại một dấu ấn tương ứng trong dòng tâm thức. Đạo Phật gọi những dấu ấn đó là chủng tử, nghĩa là những hạt giống, trong ý nghĩa là chúng sẽ nảy sinh thành các kết quả tương ứng sau khi đã được gieo vào tâm thức. Trong tâm thức phức tạp của mỗi chúng sinh, phần lưu giữ những hạt giống này được gọi là tạng thức.

Chữ tạng (藏) có nghĩa là chất chứa, cất giữ, nên tạng thức chính là cái kho vô hình chất chứa, cất giữ mọi chủng tử, tốt cũng như xấu. Cho đến một thời điểm nhất định nào đó, với những điều kiện thích hợp, mỗi chủng tử sẽ hiện hành để tạo ra một kết quả nhất định nào đó mà chúng sinh đã tạo nghiệp nhất thiết phải nhận lãnh. Do đó mà đức Phật dạy:

Ta biết rõ rằng chúng sanh, người hạ liệt, kẻ cao sang, người đẹp đẽ, kẻ thô xấu, người may mắn, kẻ bất hạnh, đều do hạnh nghiệp của họ.

Với một tầm nhìn thấu suốt và toàn diện, đức Phật đã nói ra điều này như một mô tả hết sức đơn giản và tất yếu. Mỗi chúng sinh tự mình tạo ra những nghiệp lành dữ, tốt xấu khác nhau, và vì thế mà họ phải nhận lãnh những kết quả tốt xấu không giống nhau. Thật đơn giản! Hoàn toàn không khác gì khi ta gieo trồng những hạt đậu, hạt bắp và rồi thu hoạch những quả đậu, quả bắp...

Từ giản đơn đến phức tạp và rồi từ phức tạp đến giản đơn, đó là những gì chúng ta có thể nói về lý nhân quả trong đạo Phật. Giản đơn, vì đó là điều gần như tất yếu và không cần giải thích, chỉ cần quan sát thực tiễn thì bất cứ ai trong chúng ta cũng đều có thể thấy biết và tin nhận; và phức tạp vì khi nhân quả vượt ra ngoài khả năng quan sát trong hiện tại của chúng ta thì việc tin nhận hầu như phải dựa trên niềm tin và sự phán xét, suy luận nhiều hơn là trực tiếp thấy biết.

Như tôi đã nói ở một phần trên, việc chứng minh mối quan hệ nhân quả bằng những biểu hiện cụ thể trong thế giới vật chất là điều không thể được, vì phần lớn các tiến trình này diễn ra vượt quá thời gian của một kiếp người. Nếu chúng ta muốn tự mình thấy biết và thấu hiểu về nhân quả, chỉ có một cách duy nhất là ta phải nỗ lực tu tập để đạt được trí tuệ giác ngộ như đức Phật. Một khi thời điểm đó vẫn còn chưa đến, thì sự thấy biết của ta về nhân quả tất nhiên sẽ còn nhiều giới hạn, và có những phạm vi mà ta chỉ có thể tin hoặc không tin chứ không thể đòi hỏi sự chứng minh cụ thể.

Và như vậy, điều gì sẽ xảy ra nếu có những chúng sinh không tin vào nhân quả? Đức Phật đã nhìn thấy trước mọi vấn đề, vì thế trong kinh Pháp cú ngài có những lời dạy rất rõ:

Ai bác bỏ đời sau,
Không ác nào không làm.[4]

“Bác bỏ đời sau” cũng hàm nghĩa là không tin vào nhân quả, bởi như đã nói, tiến trình nhân quả đa phần không diễn ra tức thời hay trong phạm vi giới hạn của một kiếp sống này. Chính vì vậy, trước mắt ta có thể vẫn luôn đầy dẫy những cảnh chướng tai gai mắt, trái nghịch nhân quả... Có những kẻ gian tham, xảo quyệt lại hầu như luôn sống trong nhà cao cửa rộng, giàu sang phú quý, còn người hiền lương chân chất thì luôn phải lận đận lao đao chuyện cơm áo, nói gì đến tận hưởng những tiện nghi đời sống! Những nghịch lý đó không có lời giải đáp trong hiện tại, đành phó mặc cho cái gọi là “số mạng” hay “định mệnh”...

Chính vì thế mà những ai đã không tin vào nhân quả, bác bỏ đời sau thì sẽ không còn gì phải e sợ trước những hành vi xấu ác. Gian xảo cũng được, lường gạt cũng xong... miễn là hành vi đó, thủ đoạn đó có thể mang đến cho họ những lợi ích ngay trước mắt. Và chính vì thế mà đối với họ thì “không ác nào không làm”!

Hơn thế nữa, một khi đã bác bỏ đời sau thì cái gọi là “công lý” hầu như rất khó đặt niềm tin vào. Trong xã hội có biết bao kẻ lọc lừa gian xảo, buôn gian bán lận, ngay trước mắt họ là những khoản lợi nhuận kếch sù, giúp cho bản thân họ và gia đình luôn được sung túc, đầy đủ, mà đâu có gì bảo đảm là họ sẽ phải chịu quả báo xấu? Ngay cả cái công lý cụ thể nhất là pháp luật của xã hội, thì sự thực thi vẫn không phải bao giờ cũng tuyệt đối hoàn hảo, vẫn còn không ít kẻ có thể luồn lách vượt qua, để rồi sống ung dung ngoài vòng pháp luật mà chẳng ai làm gì được họ. Nếu những người như thế vẫn có thể được sống yên thân đến cuối đời - mà ta có thể tìm thấy không ít người như thế - thì lý nhân quả đâu có đáng để tin theo? Gần đây nhất là vụ sữa bột giả tại Trung Quốc mà tác hại có thể khiến cho tất cả chúng ta đều phải rùng mình kinh sợ! Những kẻ kinh doanh vô đạo đức đã khai thác lợi nhuận trước mắt bằng cách tung ra hàng trăm tấn sữa bột giả, lợi dụng sự nghèo khó và thiếu kiến thức của người dân ở các vùng quê tại Trung Quốc. Nhà chức trách chỉ bắt đầu vào cuộc sau khi có hàng loạt trẻ em tử vong vì suy dinh dưỡng sau một thời gian dùng sữa giả. Thế nhưng, kết quả được biết sau đó chắc chắn không làm cho bất cứ ai trong chúng ta cảm thấy hài lòng. Quá ít người phải chịu trách nhiệm hoặc nhận sự trừng phạt, trong khi con số các nạn nhân chịu tác hại và những đau khổ mà người thân các em phải gánh chịu thì không sao đo đếm nổi! Hơn thế nữa, cho dù sự việc đã được phát hiện từ khoảng năm 2004 nhưng cho đến nay vẫn chưa chấm dứt, và sự việc còn tồi tệ hơn nữa khi ngoài sữa giả (kém chất lượng, thiếu dinh dưỡng) còn có thêm sữa độc (chứa melamin gây tác hại chết người)! Không ai trong chúng ta có thể tin được rằng chính quyền có đủ khả năng để trừng trị hết tất cả những kẻ tham gia vào hành vi kinh doanh vô đạo đức này.

Ngoài ra còn có rất nhiều trường hợp mà kẻ xấu ác thực sự không thể nào trả hết những món nợ họ đã gây ra. Như những kẻ diệt chủng ở Kampuchia trong giai đoạn 1975-1979, liệu cái chết của cá nhân họ có thể xem là kết quả tương xứng với biết bao khổ đau mà họ đã gây ra cho hàng triệu người khác hay chăng?

Rõ ràng là, khi bác bỏ niềm tin về một đời sống khác sau khi chết, bức tranh cuộc sống sẽ trở nên vô cùng ảm đạm và đầy bất công đối với tất cả chúng ta. Chính điều này có thể sẽ khiến cho chúng ta đánh mất đi rất nhiều động cơ tốt đẹp trong đời sống.

Chính vì vậy, ngay cả đối với những ai chưa đặt niềm tin vào đức Phật và lời dạy của ngài, thì nguyên lý nhân quả vẫn phải được xem là giả thuyết hợp lý nhất trong mọi giả thuyết. Và việc tin nhận nhân quả sẽ giúp thắp lên ngọn lửa niềm tin trong cuộc sống, thay vì là sự ray rứt, bất an và bất mãn trước những thấy biết giới hạn của chúng ta trong kiếp sống này.

Về mối liên hệ giữa nhân và quả dựa trên sự tương tục của dòng tâm thức, không ít người đã đặt ra vấn đề tìm kiếm những bằng cứ xác đáng, cụ thể. Trong chừng mực giới hạn của khoa học hiện nay thì có vẻ như điều đó vẫn chưa thể được đáp ứng. Tuy nhiên, chúng ta vẫn có thể có được ít nhiều những phán xét và lập luận liên quan, có thể giúp tiếp cận vấn đề này một cách dễ dàng hơn.

Trước hết, tôi muốn đề cập đến những trường hợp mà hầu hết chúng ta đều đã từng nghe nói đến. Đó là những trường hợp "chết đi sống lại". Nói một cách nôm na thì có một số người sau khi đã chết đi một thời gian, theo xác nhận của những người thân quanh họ, bỗng đột nhiên sống lại một cách rất khó giải thích. Khoảng thời gian "chết đi" thường không giống nhau, có khi chỉ vài giờ đồng hồ, nhưng có trường hợp kéo dài đến một, hai ngày rồi đương sự mới "sống lại".

Mặc dù trong những trường hợp này, dấu hiệu của sự sống đã hoàn toàn không còn nhận thấy được nữa đối với những người chung quanh, chẳng hạn như ngừng thở, cơ thể bất động, toàn thân lạnh..., nhưng rồi bỗng dưng sự sống trở lại với họ - không duyên cớ! Một số người có thể "chết thật" sau đó một thời gian ngắn, nhưng cũng có nhiều người sau khi "sống lại" còn tiếp tục sống đến nhiều năm sau nữa.

Một số người lý giải rằng đó là những trường hợp mà người ta chưa thực sự chết hẳn. Tuy nhiên, những người trong cuộc thì hoàn toàn không chấp nhận giải thích này, vì họ đã quan sát được rất rõ những dấu hiệu của sự chết cũng như đã trải qua đủ thời gian để khẳng định điều đó. Vấn đề trở nên rõ ràng hơn khi chúng ta xét đến những tường trình về các trường hợp tương tự đã được đưa ra từ một số bệnh viện lớn ở phương Tây, khi mà các thiết bị máy móc tối tân đã được sử dụng để xác nhận chắc chắn những dấu hiệu của cái chết. Có những người "sống lại" sau khi đã bị mang bỏ vào nhà xác của bệnh viện!

Đến đây thì người ta buộc phải thừa nhận là có một sự thật như thế, cho dù chúng ta chưa thể giải thích được nguyên nhân là do đâu. Trong một bài giảng, đức Đạt-lai Lạt-ma thứ XIV có đề cập đến vấn đề này. Ngài nói:

> ... there are occasionally cases of people who after a long illness become so physically weak that their heartbeat and all physical functions stop. Entering into such a deep coma that no physical activity or function can be perceived, the doctor declares them clinically dead. However, sometimes after a few minutes or even hours, despite the apparent lack of physical activity, the person starts breathing again, the heart starts beating, and physical functions are regained. This revival, despite the previous cessation of all physical functions...[5]

> [...đôi khi có những người bệnh sau một thời gian dài trở nên yếu ớt đến nỗi mất hẳn nhịp tim và mọi chức năng cơ thể đều ngưng hoạt động. Họ rơi vào tình trạng hôn mê sâu đến nỗi không một hoạt động cơ thể hay chức năng nào được nhận ra, và về mặt lâm sàng bác sĩ tuyên bố là họ đã chết. Tuy nhiên, có khi sau đó vài phút, thậm chí nhiều giờ, mặc dù rõ ràng là không có các hoạt động cơ thể, người bệnh đó [bỗng nhiên] bắt đầu thở lại, tim bắt đầu đập và các chức năng vật lý được phục hồi. Sự hồi sinh này, bất chấp sự ngưng hoạt động trước đó của mọi chức năng vật lý...][6]

Như vậy, điều này có ý nghĩa gì? Trong một chừng mực nào đó, điều này cho thấy một cách rõ ràng là phải có sự tồn tại của một yếu tố vô hình phi vật chất nào đó trong khoảng thời gian giữa lúc một người được xem là "chết đi" cho đến lúc họ "sống lại". Vì nếu không có yếu tố này thì sự sống không thể tự nó sinh khởi từ một thể xác đã chết hoàn toàn - nghĩa là về mặt sinh học không còn có bất kỳ dấu hiệu sống nào nữa cả - mà chỉ có thể là sự tiếp nối sự sống trước đó. Và nếu như trong sự sống của con người quả thật có tồn tại một yếu tố phi vật chất nằm ngoài khả năng nhận biết của khoa học hiện nay, thì yếu tố đó cũng có khả năng sẽ tiếp tục tồn tại sau khi chết để rồi trở thành nhân tố khởi đầu cho một đời sống khác.

Bàn về một yếu tố phi vật chất như thế, chúng ta có thể sẽ phải ngạc nhiên khi được nghe ý kiến của một trong các nhà khoa học hàng đầu thế giới hiện nay, Tiến sĩ B. Alan Wallace.[7] Ông đã viết như sau:

While subtle states of awareness can be detected only with very refined awareness, even the grossest mental states, such as rage (which can be ascertained firsthand by an ordinary, untrained mind), cannot be directly detected with the physical instruments of modern neuroscience: they detect only the neurophysiological correlates of such mental states and other related physical behavior. Thus, all states of consciousness may be regarded as too subtle for modern neuroscience to detect.[8]

[Trong khi các trạng thái vi tế của sự nhận biết chỉ có thể được nhận ra bởi sự nhận biết rất tinh tế, thì ngay cả các trạng thái tinh thần thô thiển nhất, chẳng hạn như sự giận dữ (có thể được nhận biết chắc chắn một cách trực tiếp bởi một tâm thức bình thường không tu tập), vẫn không thể phát hiện trực tiếp bởi các thiết bị vật lý của thần kinh học hiện đại: họ chỉ phát hiện được các tương quan thần kinh tâm lý của những trạng thái tinh thần như thế và các biểu hiện vật lý khác có liên hệ. Do đó, mọi trạng thái của ý thức có thể xem là quá vi tế đến mức thần kinh học hiện đại không thể phát hiện.][9]

Từ phát biểu trên đây của một nhà khoa học hiện đại, chúng ta có thể thấy rõ là khoa học còn khá hạn chế trong việc nhận biết về tâm thức thông qua các thiết bị máy móc. Những gì người ta có thể nhận biết như các xung động trong não bộ hay sự thay đổi thành phần các chất hóa học trong cơ thể, thực ra chỉ là những tác động do các trạng thái tâm thức gây ra cho cơ thể chứ không phải bản thân các trạng thái tâm thức đó. Khi một người nổi giận, cơn giận đó gây ra những phản ứng nhất định trong cơ thể người đó, như huyết áp thay đổi, tim đập mạnh hơn, máu dồn lên mặt đỏ bừng... Tất cả những thay đổi này dễ dàng được nhận biết, nhưng chúng lại không phải là bản thân cơn giận. Vì vậy, nếu một người có thể tự kiềm chế được cơn giận để không xảy ra những phản ứng thông thường như thế, thì khoa học hiện đại cũng không có cách gì nhận biết được là người ấy đang giận.

Vì các phản ứng kèm theo cơn giận có vẻ như rất phổ biến ở tất cả mọi người, nên hầu hết chúng ta đã đồng nhất chúng với cơn giận và ít người nghĩ rằng chúng và tự thân cơn giận là hai yếu tố khác nhau.

Đối với người thực hành Phật pháp thì đây lại là điều hết sức quen thuộc, và khả năng nhận biết rõ về các trạng thái tâm lý khác nhau chính là một trong những mục đích nhắm đến của sự tu tập. Với công phu hành trì, ta sẽ có khả năng giữ tâm an tịnh và quán sát được những khi cơn giận khởi lên trong tâm thức mình nhưng không để cho nó gây ra bất kỳ phản ứng có hại nào. Tương tự, đối với các trạng thái tâm khác như tham lam, ghen ghét, đố kỵ, kiêu mạn... người tu tập Phật pháp cũng đều có khả năng nỗ lực kiềm chế theo cách đó. Một khi các trạng thái tâm này vừa sinh khởi, ta lập tức nhận biết và giữ tâm an tịnh, bình thản quán sát từ lúc tâm ấy sinh khởi, phát triển cho đến khi nó diệt mất. Bằng cách này, ta có thể ngăn ngừa tất cả những tác hại do các trạng thái tâm xấu ác gây ra.

Trở lại với tính chất phi vật chất và không thể nhận biết trong phạm vi khả năng của khoa học hiện nay, chúng ta phải thừa nhận một điều là những gì ta không thể nhận biết cụ thể qua các biểu hiện vật lý hoàn toàn không có nghĩa là chúng không tồn tại. Và đây chính là điều mà nhiều nhà khoa học phương Tây trong những năm gần đây đã hết sức chú ý nghiên cứu, tìm hiểu, thông qua sự trao đổi và hợp tác với nhiều vị đại sư Phật giáo

Tây Tạng mà đứng đầu là đức Đạt-lai Lạt-ma thứ XIV. Kết quả nghiên cứu cho thấy một trạng thái tâm thức có tu tập - hoàn toàn không thể nhận biết bởi các thiết bị khoa học - lại có khả năng tạo ra những thay đổi đáng kinh ngạc trong cơ thể của người tu tập, có thể nhận biết một cách cụ thể bằng các thiết bị khoa học.

Năm 2002, tiến sĩ Antoine Lutz (một nhà thần kinh học được đào tạo bởi nhà khoa học Francisco Varela) và tiến sĩ Richard Davidson (một nhà thần kinh học nổi tiếng thế giới và là thành viên Hội đồng cố vấn khoa học của Viện Tâm thần quốc gia Hoa Kỳ) đã cùng nhau tiến hành một cuộc nghiên cứu chuyên sâu về vấn đề này tại Phòng nghiên cứu Waisman thuộc Đại học Wisconsin, bang Madison.

Trong phần Dẫn nhập viết cho sách The joy of living, Eric Swanson mô tả về cuộc nghiên cứu này với những trang thiết bị hiện đại như sau:

The tests employed state-of-the-art fMRI technology that - unlike standard MRI technology, which provides only a kind of still photograph of brain/body activity - captures a moment-by-moment pictorial record of changing levels of activi-ty in different areas of the brain.

The EEG equipment used to measure the tiny electrical impulses that occur when brain cells communicate was also quite sophisticated. Whereas a typical EEG procedure involves attaching only sixteen electrodes to the scalp in order to measure electrical activity at the surface of the skull, the equipment used in the Waisman lab employed 128 electrodes in order to measure tiny changes in electrical activity deep within the subjects' brains...[10]

[Những thí nghiệm này sử dụng kỹ thuật hiện đại fMRI (đồ hình cộng hưởng từ trường), khác với kỹ thuật MRI trước đây vốn chỉ cung cấp hình ảnh cố định về hoạt động của não bộ hay cơ thể. Kỹ thuật fMRI ghi lại một biểu đồ theo từng thời điểm về những mức độ thay đổi của hoạt động [não bộ] ở các vùng não khác nhau.

Thiết bị EEG (điện não đồ) được dùng [trong cuộc nghiên cứu này] để đo những xung điện cực nhỏ xảy ra khi các tế bào não giao tiếp cũng hết sức tinh vi. Trong khi một tiến trình EEG thông thường chỉ gắn 16 điện cực vào da đầu để đo những xung điện trên bề mặt xương sọ, thiết bị được dùng trong Phòng nghiên cứu Waisman lại có đến 128 điện cực để đo được cả những thay đổi cực nhỏ về xung điện nằm sâu trong não bộ của đối tượng.][11]

Và đây là những kết quả so sánh được ghi nhận sau khi tiến hành các cuộc thử nghiệm với sự tham gia của 8 bậc thầy Phật giáo, là những vị đại sư đã thực hành thiền định qua rất nhiều năm:

The results of both the fMRI and EEG studies of these eight trained meditators were impressive on two levels. While practicing compassion and loving-kindness meditation, the brain area known to be activated in maternal love and empathy was more prominently activated among long-term Buddhist practitioners than among a group of control subjects who had been given meditation instructions one week prior to the scans and asked to practice daily...

[Những kết quả nghiên cứu từ cả hai hệ thống fMRI và EEG đối với 8 vị thiền giả lão luyện này gây ấn tượng mạnh trên hai cấp độ. Trong khi thực hành thiền quán về tâm từ và tâm bi, vùng não bộ vốn được kích hoạt bởi tình thương và sự cảm thông của người mẹ đã được kích hoạt một cách vượt trội hơn ở những thiền giả Phật giáo thâm niên so với nhóm đối tượng chỉ mới được học về thiền quán một tuần trước đó và được yêu cầu thực hành thiền quán mỗi ngày...]

Nhưng không chỉ là sự khác biệt ở mức độ như trên, các nhà nghiên cứu đã phải kinh ngạc và ban đầu đã hoài nghi cả về độ chính xác của các thiết bị tối tân mà họ đang dùng:

... More remarkably, the measurements of the long-term practitioners' EEG activity during meditation were apparent-ly so far off the scale of normal EEG readings that - as I understand it - the lab technicians thought at first that the machin-ery might have been malfunctioning. After hastily double-checking their equipment, though, the technicians were forced to eliminate the possibility of mechanical malfunction and confront the reality that the electrical activity associated with at-tention and phenomenal awareness transcended anything they'd ever witnessed...

[Đáng chú ý hơn nữa, những số đo hoạt động EEG từ các vị thiền giả thâm niên trong khi họ đang thiền định dường như đã vượt ngoài phạm vi thông thường của các chỉ số EEG - theo như sự nhận hiểu của tôi - đến mức làm cho các kỹ thuật viên của phòng nghiên cứu lập tức nghĩ rằng có lẽ máy đã bị hỏng. Nhưng sau khi nhanh chóng tiến hành kiểm tra thiết bị nhiều lần, họ buộc phải loại bỏ khả năng máy hỏng và nhìn thẳng vào một sự thật là các hoạt động xung điện [của não bộ] khi có sự định tâm và tỉnh giác đã vượt quá xa so với những gì họ từng chứng kiến...

Và những kết quả "vượt quá xa" này được Daniel Goleman mô tả cụ thể hơn trong Lời giới thiệu của cùng quyển sách này như sau:

During a meditation on compassion, neural activity in a key center in the brain's system for happiness jumped by 700 to 800 percent! For ordinary subjects in the study, volunteers who had just begun to meditate, that same area increased its activity by a mere 10 to 15 percent.

[Trong một buổi thiền quán về tâm từ, hoạt động thần kinh tại trung tâm chủ yếu trong hệ thống não bộ liên quan đến sự an lạc đã tăng vọt từ 700% đến 800% [so với bình thường]! Đối với những đối tượng thông thường trong cuộc nghiên cứu này, là những người tình nguyện tham gia chỉ vừa mới khởi sự tu tập thiền quán, thì ở cùng khu vực [trung tâm thần kinh] này, hoạt động thần kinh chỉ gia tăng từ 10% đến 15%.]

Như vậy, cho dù bức màn bí ẩn chưa được hoàn toàn vén lên, nhưng khoa học hiện đại và Phật giáo đã có những bước tiến đến gần nhau cực kỳ đáng kể. Khoa học đang hết sức nỗ lực để có thể mở rộng khả năng hiểu biết và giải thích về những vấn đề liên quan đến tâm thức, trong khi các hành giả Phật giáo đang sử dụng chính công phu tu tập của họ để chứng minh cho nhân loại thấy rằng những lời Phật dạy là hoàn toàn chính xác, thiết thực và hữu ích.

Và như vậy, chúng ta cũng có thể thấy được khuynh hướng của các nhà khoa học hiện nay là thừa nhận những giới hạn chưa thể vượt qua thay vì phủ nhận những gì họ chưa thể nhận hiểu và giải thích một cách cụ thể.

Nói cách khác, những lời dạy của đức Phật về một dòng tâm thức tương tục kéo dài qua các kiếp sống của mỗi chúng sinh và là nơi dung chứa các hạt giống thiện ác hiện nay đã không còn quá trừu tượng nữa. Mặc dù khoa học vẫn chưa thể - và có lẽ sẽ không bao giờ có thể - giúp con người nhận biết được cụ thể về một dòng tâm thức như thế, nhưng sự hiện hữu và những tác động của dòng tâm thức ấy đang ngày càng được nhận biết nhiều hơn.

Một vấn đề khác mà ngày nay đã trở nên quá quen thuộc với hầu hết mọi người trên thế giới là sự tái sinh có chủ định của rất nhiều vị Lạt-ma Tây Tạng.

Hầu hết các vị này đều biết rất rõ về những gì họ đang làm. Trước khi viên tịch, một số các vị để lại những lời dặn dò, chỉ dẫn về sự tái sinh sắp tới của mình, thậm chí có vị còn để lại di thư nói rõ những chi tiết có thể giúp các vị đệ tử căn cứ vào đó mà tìm ra hóa thân tái sinh của họ.

Đức Karmapa đời thứ 16 có thể xem là một ví dụ điển hình cho những sự kiện này. Ngài viên tịch năm 1981 và để lại một bức di thư, trong đó có những chi tiết liên quan đến việc tìm kiếm hóa thân tái sinh của ngài. Năm 1992, một phái đoàn tìm kiếm dựa theo những chỉ dẫn trong di thư đã tìm gặp vị Karmapa đời thứ 17 hiện nay, vào lúc đó vừa được 7 tuổi. Điều kỳ diệu ở đây là, cha mẹ của vị Karmapa thứ 17 này là những người sống du mục, và vào năm đó, chính đức Karmapa chỉ mới lên 7 tuổi này đã thúc giục họ dời đến đồng cỏ sớm hơn một tháng. Chính nhờ vậy mà phái đoàn tìm kiếm mới gặp được họ ở đúng vị trí được ghi trong di thư. Đức Karmapa thứ 17 sinh năm 1985 và hiện nay vẫn còn đang hoằng hóa nhiều nơi trên thế giới. Ngài có thể xem là một nhân chứng sống cho hiện tượng tái sinh có chủ định.

Trường hợp điển hình thứ hai là Đại sư Tenga Rinpoche, sinh năm 1932, được tin là hóa thân tái sinh của vị Lạt-ma Samten trước đó.

Trước khi Lạt-ma Samten viên tịch, ngài trao cho một vị đệ tử là Tenzin Drupchok một chiếc kèn làm bằng ống xương đùi,[12] và dặn vị này phải giữ gìn cẩn thận cho đến khi ngài quay lại nhận nó.

Nhiều năm sau, ngài Tenzin Drupchok trong một chuyến đi hành hương đã hoàn toàn tình cờ nhận lời mời thỉnh đến thăm một gia đình cư sĩ. Tại đó, cậu con trai út trong gia đình đã bất ngờ hỏi thẳng ngài về chiếc kèn và đòi lại nó. Ngay sau đó, cậu bé được thừa nhận là hóa thân của Lạt-ma Samten và đã theo ngài Tenzin Drupchok về tu viện để tu học. Hiện nay, vị Lạt-ma tái sinh này là một cao tăng nổi tiếng khắp thế giới. Ngài đã sáng lập Hiệp hội Karma Kamtsang tại Ba Lan, Karma Thegsum Ling tại Verona (nước Ý) và Lotus Trust cũng như Lotus Direkthilfe ở nước Đức.

Như vậy, nếu không có một dòng tâm thức tương tục nối liền giữa những kiếp sống, thì hiện tượng tái sinh như trên sẽ không thể dựa vào đâu để có thể xảy ra. Hơn thế nữa, trong bài luận văn đúc kết đã trích dẫn trước đây của tiến sĩ B. Alan Wallace, ông cũng cho rằng đôi khi có những người không tu tập thiền định nhưng vẫn có khả năng nhớ lại các tiền kiếp của họ. Và ông trích lời đức Đạt-lai Lạt-ma XIV đã trình bày trong Hội nghị khoa học này nói về hai cô gái ở Ấn Độ nhớ lại được tên của những người họ quen biết trong kiếp trước! Điều này càng khẳng định hơn nữa về sự hiện hữu một dòng tâm thức tương tục trải qua nhiều kiếp sống.

Một khi nhận hiểu được về sự hiện hữu của một dòng tâm thức tương tục, chúng ta sẽ thấy những lời dạy của đức Phật về nhân quả không còn quá khó hiểu nữa. Vấn đề sẽ trở nên đơn giản hơn, cụ thể hơn, và có vẻ như tương đồng nhiều hơn với những trường hợp nảy mầm và kết quả của những cây đậu, cây bắp...

Hiểu biết và tin nhận giáo lý nhân quả là điều vô cùng quan trọng để có thể hướng đến một đời sống tinh thần tốt đẹp hơn. Nhờ tin và hiểu về nhân quả, ta sẽ có một cách nhìn toàn diện hơn đối với những gì đã, đang và sẽ diễn ra trong đời sống. Hơn thế nữa, ta cũng thấy được vai trò quyết định của chính bản thân mình đối với bất kỳ điều gì xảy đến cho ta, và do đó mà sẽ có một thái độ sống tích cực hơn, quan tâm đến người khác nhiều hơn cũng như luôn nỗ lực hoàn thiện bản thân mình thay vì luôn trách móc hay trông đợi vào người khác.

CHÚ THÍCH

[1] Trung bộ kinh, kinh số 36 - Mahasaccaka, bản dịch của Hòa thượng Thích Minh Châu.

[2] Trung bộ kinh, kinh số 36, sách đã dẫn.

[3] Duy-ma-cật sở thuyết kinh, quyển thượng, phẩm Phật quốc, thứ nhất.

[4] Kinh Pháp cú, kệ số 176, bản dịch của Hòa thượng Thích Minh Châu.

[5] Dalai Lama XIV - The principal aspects of the path - Cho Yang, The Voice of Tibetan Religion and Culture, Year of Tibet Edition - Lobsang Jordhen dịch từ tiếng Tây Tạng sang tiếng Anh.

[6] Ba điểm tinh yếu trên đường tu tập - Bản Việt dịch của

Tiểu Nhỏ, Nguyễn Minh Tiến hiệu đính. NXB Tôn giáo, Hà Nội, 2010.

[7]Tiến sĩ B. Alan Wallace (sinh năm 1950) là người sáng lập Viện Tâm thức và Sự sống (Mind and Life Institute) vào năm 1987 và sau đó đã tham gia tổ chức hàng loạt các hội nghị khoa học giữa các vị cao tăng Phật giáo đương đại, điển hình là đức Đạt-lai Lạt-ma, với các nhà khoa học hàng đầu thế giới trong các ngành thần kinh học, sinh vật học, tâm lý học... Các hội nghị khoa học này nhằm trao đổi tri thức giữa những người am hiểu và hành trì Phật pháp với các nhà khoa học hiện đại thuộc các ngành liên quan đến việc nghiên cứu tâm thức, được tổ chức khá thường xuyên mỗi 2 năm một lần kể từ năm 1989. Nội dung trình bày trong các hội nghị này sau đó được tập hợp và in thành sách bằng Anh ngữ, chẳng hạn như các tác phẩm: Gentle Bridges: Conversations with the Dalai Latma, Consciousness at the Crossroads, Healing Emotions, Sleeping, Dreaming and Dying... và nhiều tác phẩm khác.

[8] B. Alan Wallace - Afterword: Buddhist Reflections - luận văn đúc kết hội nghị khoa học, được in thành chương 15 của sách Consciousness at the Crossroads - Snow Lion Publications, Ithaca, New York, 1999.

[9] Tứ diệu đế, Bản Việt dịch của Võ Quang Nhân, Nguyễn Minh Tiến hiệu đính, NXB Tôn giáo, Hà Nội, 2008.

[10] Yongey Mingyur Rinpoche- The Joy of Living - Unlocking the Secret and Science of Happiness, Transworld Publisher, London, 2007.

[11]Sống Một Đời Vui - bản Việt dịch của Diệu Hạnh Giao Trinh và Nguyễn Minh Tiến, NXB Liên Phật Hội, California, 2016.

[12] Tiếng Tây Tạng gọi là kangling, một loại pháp khí trong truyền thống Phật giáo Tây Tạng.

NGUYỄN MINH TIẾN

BẠCH XUÂN PHẺ
VỀ VỚI HUẾ - HUẾ ĐÂU PHẢI CỦA RIÊNG AI!

Em đã về thăm xứ Huế mộng mơ
Xứ cổ tích, thần tiên, và huyền thoại
Tà áo tím và nón nghiêng mời gọi
Cầu Trường Tiền thổn thức mấy nhịp tim

Đây sông Hương ta thương hoài đất Mẹ
Mưa đang nhòa giọt nước mắt phu thê
Năm tháng tha hương cầu thực xa quê
Nay về lại, ôi quê hương, đã khác

Mường Thanh* đó nhưng trẻ thơ tản mác
Bán dạo nuôi gia, xa Huế nuôi mình
Chính-khí còn đâu? sông núi Ngự Bình
Mặn ngọt đắng cay, ôm quê mà sống!

Huế ngàn đời đang rả rời cơn mộng
Như hoa Mưng** rơi rụng khắp mặt hồ
Trượng phu Huế bây chừ anh ở mô?
Mà chỉ thấy Trung Hoa và Triều khách

Anh hiểu đó Đạo làm người huyết mạch
Của Tổ Tông và ngàn kiếp Việt Nam
Hãy khoác lên nhân bản và chất lam
Xây dựng lại ngôi nhà thiêng dân tộc!

BẠCH XUÂN PHẺ

BẠCH XUÂN PHẺ
KHÓI LAM QUÊ NGOẠI

Quê Ngoại tôi thơm hoa đồng cỏ nội,
Biển và trăng lấp lánh ngàn sao
Ruộng vườn xưa nay vắng bóng người
Ai bỏ xứ ra đi tìm lẽ sống

Ngày về thăm ngỡ em còn trong mộng
Ngàn lung linh ánh mắt đợi chờ nhau
Gặp người xưa đến đi như cơn mộng
Thì tiếc gì lận đận một vần thơ.

Dấu tích đó rêu phong ân nghĩa lớn
Người thương ơi! sao nhớ quá đi thôi.
Trong vạt nắng ta thấy mình giọt nước
Đổ về nguồn, thân phận kẻ mồ côi!

Núi Bà xưa kiên trung ngàn năm đợi
Chào bình minh chim hót lộng trời mây
Ruộng vườn xưa, bếp cũ nay không còn
Người ra đi phương xa biền biệt trôi.

BẠCH XUÂN PHẺ
(Thơ Bạch X. Phẻ - Nhạc Ngô Tín)

TRẦN DANH THÙY
TIẾNG MƯA TRONG NHẠC…

Khi nghe nhạc, tiếng mưa trong những nhạc phẩm có thể khiến cho người yêu nhạc có khi vui, có khi buồn – nhưng có lẽ buồn thì nhiều hơn; có khi phấn khích, có khi lặng câm – nhưng có lẽ lặng câm thì nhiều hơn; nhưng cũng có khi buồn, vui lẫn lộn – nhưng nỗi buồn vẫn 'vượt trội'… tùy vào giai điệu và ca từ của bản nhạc ấy.

Nếu chúng ta nghe: "Mưa buồn ơi thôi ngừng tiếng/Mưa cho phố nhỏ càng buồn thêm/Mưa rơi gác xưa thêm lạnh vắng/Phòng côi lắng tiêu điều/Đường khuya vắng đìu hiu…" (Lạnh Trọn Đêm Mưa – Huỳnh Anh), hoặc: "Mưa buồn mãi rơi trên biển xưa âm thầm/Ôi biển vắng đêm nao tình trao êm đềm/Cơn sóng nào gợi lên niềm đau trong em/Bao nhiêu chiều lang thang một mình…" (Mưa Trên Biển Vắng – Nhạc Pháp-Lời Việt: Nhật Ngân)… chúng ta sẽ cảm thấy tiếng mưa không gì hơn là những nỗi buồn man mác, diệu vợi…

Nhưng nếu chúng ta nghe: "Hạt mưa, mưa rơi tí tách/Mưa tuôn dưới vách/Mưa xuyên qua mành/Hạt mưa, mưa qua mái rách/ Mưa như muốn trách/ Sao ta chạy quanh…". Mặc dù ca từ là của nhạc phẩm có cái tên Phố Buồn, nhưng nhạc sĩ Phạm Duy vẫn khiến cho chúng ta lại cảm thấy vui vui, muốn ít nhất là ngồi rung đùi, hoặc thậm chí, đứng lên lượn vài vòng theo điệu nhạc tango lả lướt theo tiếng mưa rơi trong bản nhạc …

Hoặc nếu chúng ta nghe: "Mưa rơi trên vai chàng/Mưa rơi ướt vai nàng/Mưa rơi khắp thôn làng/Mưa reo những cung đàn/Mưa như tiếng ru con dịu dàng…" (Mưa – Văn Phụng), thì tâm trạng của chúng ta cũng phấn khích không kém với những cảm xúc khó tả.

Còn nếu như chúng ta nghe: "Chiều nay mưa trên phố Huế/Biết ai đã quên ai rồi/Hạt mưa rơi vẫn rơi, rơi đều cho lòng u hoài/Ngày xưa mưa rơi thì sao?/Bây chừ mưa rơi lại buồn/Vì tiếng mưa, tiếng mưa trong lòng làm mình cô đơn…" (Mưa Trên Phố Huế - Minh Kỳ &Tôn Nữ Thụy Khương) ta sẽ cũng buồn đấy nhưng lòng ta vẫn đầy ắp những kỷ niệm khó quên…

Tiếng mưa có khi là tiếng lòng riêng tây của ai đó: "Tháng Sáu trời mưa trời mưa không dứt/Trời không mưa anh cũng lạy trời mưa/Anh lạy trời mưa phong kín đường về/Và đêm ơi xin cứ dài vô tận…" (Mưa Tháng Sáu- Nguyên Sa & Hoàng Thanh Tâm).

Cũng vậy, có lẽ, tiếng mưa và hình ảnh của người yêu là một sự kết hợp tuyệt vời: "Em đến thăm anh một chiều đông/ Em đến thăm anh một chiều mưa/ Mưa dầm dề, đường trơn ướt tiêu điều/Em đến thăm anh, người em gái/Tà áo hương nồng/ Mắt huyền trìu mến sưởi ấm lòng anh…" (Tô Vũ).

Tiếng mưa có khi lại là vọng âm, là tiếng gọi của người tình: "Chiều nay còn mưa sao em không lại/Nhỡ mai trong cơn đau vùi/Làm sao có nhau, hằn lên nỗi đau/Bước chân em xin về mau…" (Diễm Xưa – Trịnh Công Sơn)

Có thể nói, trong nhạc, tiếng mưa là vô cùng vô tận những thanh âm hòa cùng sắc màu của tiếng lòng của người sáng tác nhạc cũng như người thưởng thức âm nhạc. Ở đâu đó, thảng hoặc, chúng ta lại có thể bắt gặp một tiếng mưa lạ: "Em còn nhớ hay em đã quên?/Bên hàng xóm đôi khi ghé thăm/Có hai mùa vẫn đi về/Có con đường nằm nghe nắng mưa/Em còn nhớ hay em đã quên?/Trong lòng phố mưa đêm trói chân/Dưới hiên nhà nước dâng tràn/Phố bỗng là dòng sông uốn quanh…" (Em Còn Nhớ Hay Em Đã Quên – Trịnh Công Sơn) đã tạo nên một bức tranh 'siêu thực' của mưa cả nghĩa bóng lẫn nghĩa đen của một hiện thực siêu nhiên …

Và như vậy, tiếng mưa đã trở thành ngôn ngữ của những thanh âm, sắc màu, hình ảnh cũng như tâm tư, tình cảm, đồng vọng … của mọi người yêu nhạc…

Và, ngoài kia, trời đang mưa, và bao giờ cũng vậy, tiếng mưa vẫn như nhạc lòng muôn thuở…

TRẦN DANH THÙY

PHAN HẠ DU

VIẾT CHO MỘT NGƯỜI

Sương tan trên phố nhỏ
Đà Lạt nhiều mây bay
Hoa nở tràn khắp lối
Sáng ấm hơn mọi ngày

Thu về bay tóc rối
Đơn côi trên phố phường
Chiều buồn rơi lặng lẽ
Cứ ngóng hoài người thương

Trái tim nào loạn nhịp
Hát vu vơ mùa trôi
Từng giọt cà phê đắng
Cứ nhớ về anh thôi

Đà Lạt anh có hay
Bốn mùa hoa vẫn nở
Đêm nằm nghe thác đổ
Là tình anh hôm nay

Giữa mùa này em nhớ
Những ngày anh ở bên
Vai em gầy anh ủ
Tóc mềm với sương đêm

Thương Đà Lạt anh về
Bước chân không lạc lối
Chạm mùa thu đang tới
Nỗi nhớ tràn lên môi

PHAN HẠ DU

ĐẶNG PHÚ PHONG
Trên đồi hoa trổ bông.

Trên đồi hoa trổ bông
Trận gió lạc vô tình
Anh đào rơi rụng hết
Bàng hoàng thu hay đông

Rụng xuống đi hoa xuân
Cho ta chẳng nợ nần
Cho em cười mây trắng
Ngực em tràn thanh tân

Tháng tư trời sao lạnh
Chiều viễn xứ mong manh
Đá lăn hồn vực dậy
Nhớ người thèm trăm năm

Trên đồi hoa trổ bông
Nhớ quá cây ngô đồng
Mưa chiều rơi gánh mẹ
Buồn buồn mẹ vời trông

Xa thật xa âm vọng
Tiếng võng đưa ca dao
Ôi trẻ thơ mộng mị
Còn chỗ nào trăng sao

ĐẶNG PHÚ PHONG

LÂM BĂNG PHƯƠNG
RẼ CÁNH UYÊN ƯƠNG

Em đi mang cả tinh khôi
Lối hoàng hoa lá vàng rơi rụng đầy
Em đi để nửa trăng gầy
Đường thu cảnh cũ gót hài mịt tăm.

Em đi để lại tịch trầm
Sông xưa bồi lỡ phù vân lửng lờ
Em đi cỏ úa đôi bờ
Nụ buồn trổ nhánh chơ vơ góc trời.

Em đi bỏ lại mình tôi
Đủ vừa chỉ một góc đời để đau
Với tay ngắt đọt sầu đâu
Mà nghe đắng chát nhạt màu tình phai.

Em đi sóng nhớ bủa vây
Dã tràng xe cát dạt ngoài trùng dương
Em đi rẽ cánh uyên ương
Và tôi lục bát miên trường phiêu diêu.

LÂM BĂNG PHƯƠNG

NGUYỄN THIỆN
Đọc "Vết Bầm Ngôn Ngữ" của nhà thơ San Phi

Bài thơ lục bát cách tân ngôn từ lãng mạn tập trung vào cảm xúc đau khổ, tiếc nuối và sự cô đơn của một người phụ nữ khi tình yêu tan vỡ. Nỗi buồn này được nhân hóa mở rộng ra, trở thành nỗi buồn mang tính chất vũ trụ, kết nối giữa trời và đất. Chủ đề chính là sự bất lực của ngôn ngữ trong việc diễn tả trọn vẹn nỗi đau chia ly, và từ đó, nỗi đau ấy trở thành "vết bầm" hằn sâu trong tâm hồn.

"Khuất trong mây
Nước mắt trời
Ủ ngầm tích tụ
Vỡ
Vời rời
Xa
Trời nối đất giọt mưa sa
Hỏi trời có, nối được ta với chàng".

Tác giả mở đầu bằng hình ảnh của mây và mưa. "Nước mắt trời" là một cách nói ẩn dụ cho mưa, thể hiện nỗi buồn từ trên cao. Những giọt mưa này là cả một quá trình "ủ ngầm tích tụ" nỗi buồn đã âm ỉ từ lâu.

Hai câu thơ "Vỡ / Vời rời / Xa" được ngắt dòng đột ngột, thể hiện sự tan vỡ, đau đớn. Những giọt mưa rơi xuống "nối đất", nhưng lại không thể "nối được ta với chàng". Đây là một sự đối lập đầy chua xót, nhấn mạnh sự chia cắt không thể hàn gắn giữa hai người, dù vũ trụ vẫn đang cố gắng kết nối.

"Câu thơ ai viết quay ngang
Thương cho con chữ chấm (!)
Thật buồn
Dấu chấm lửng trăn trở buông
Làm sao thấu được chữ buồn trong tim".

Hình ảnh "Câu thơ ai viết quay ngang" là những lời thề non hẹn biển đã không còn ý nghĩa. Dấu chấm than "!" vốn là biểu tượng của cảm xúc mạnh mẽ, ở đây lại trở thành "con chữ chấm (!)" một sự lặng câm, một lời than thở đầy bất lực.

Dấu chấm lửng "..." thể hiện sự ngập ngừng, trăn trở, và sự thiếu hụt. Nó không thể diễn tả hết nỗi buồn sâu thẳm "trong tim". Khổ thơ này là lời than thở về sự bất lực của ngôn từ, rằng mọi câu chữ đều trở nên vô nghĩa, không đủ sức để truyền tải hết nỗi đau.

"Hình như trời cũng lặng im
Khi ta níu lấy bóng tìm mênh mông
Khi ta khóc đến cạn lòng
Vết bầm ngôn ngữ phanh trong cuộc người".

Khổ thơ cuối cùng cho thấy nỗi cô đơn đã lên đến đỉnh điểm. Ngay cả "trời cũng lặng im", dường như cả vũ trụ cũng không thể sẻ chia hay thấu hiểu được nỗi đau của nhân vật trữ tình. Hành động "níu lấy bóng tìm mênh mông" cho thấy sự tuyệt vọng, cố gắng níu giữ một thứ đã không còn tồn tại.

Đỉnh điểm của bài thơ nằm ở câu kết: "Vết bầm ngôn ngữ phanh trong cuộc người". Nỗi đau không được diễn tả thành lời, không thể giải tỏa, đã không biến mất mà trở thành "vết bầm" một vết thương sâu sắc, dai dẳng và không thể lành. Hình ảnh "phanh trong cuộc người", như một sự thật đau lòng về sự chia ly.

"Vết Bầm Ngôn Ngữ" những hình ảnh, thể hiện nỗi đau của sự tan vỡ một cách tài tình . Từ hình ảnh thiên nhiên (mây, mưa) đến các biểu tượng ngôn ngữ (dấu chấm than, dấu chấm lửng), bài thơ đã tạo ra một bức tranh buồn bã về nỗi đau âm thầm, không thể diễn đạt trọn vẹn bằng lời. Nỗi đau này cuối cùng đã trở thành một vết sẹo vô hình, mãi mãi hằn sâu trong tâm hồn con người. Tác giả trẻ tuổi nhưng chữ nghĩa sắc bén đầy nội lực, đã viết thành công cho một tác phẩm toàn bích.

THIỆN NGUYỄN

Sài Gòn ngày 1 tháng 8 năm 2025.

SÔNG NGÀN

THU

Tinh mơ nâng một tách trà
Mẹ cha thiên cổ quê nhà xa xôi
Vị đắng ngấm trên bờ môi
Cánh bèo trôi dạt đơn côi chợ đời
Thu về chiếc lá nghiêng rơi
Nén lòng nhung nhớ chân trời xứ xa.

Newyork thu 2025

TÌM MẸ

Thu về sương khói bay bay
Con đi tìm mẹ nơi này mẹ đâu?
Nhớ ngày xưa ấy mưa ngâu
Mẹ về rét lạnh miếng trầu ấm môi
Bao năm lưu lạc xa xôi
Về thăm mấy bận thế rồi con xa

Mình Mẹ quanh quẩn vườn nhà
Cháu con đi hết mình bà bóng ông
Tết hè mẹ đợi mẹ mong
Đoàn viên sum họp mà lòng mẹ vui
Bà con làng xóm tới lui
Quặn lòng thương mẹ ngậm ngùi cảnh xa

Khuất dần trong ánh chiều tà
Bóng người thiên cổ cõi xa ngút ngàn
An vui cực lạc niết bàn
Trời xa nhớ Mẹ chứa chan suối tình !

SÔNG NGÀN

NGUYỄN HỒNG LINH
MÙA THU BIỂN KHÁT

Người có về biển nhớ
Bờ bến cũ chênh chao
Hàng phi lao rì rào
Cơn sóng đời lao đao

Chiều buông vàng chốn cũ
Tình rũ bước ra đi
Tôi, em còn lại gì?
Ngậm ngùi ngày phân ly

Tôi nghe mùa thu khóc
Con dốc đã mù sương
Lá rụng bay ven đường
Còn bao nhiêu mùa thương

Nghe tiếng đời vụn vỡ
Lẩm lỡ tiếc làm chi
Thôi ta còn níu gì?
Cho lệ đắng hoen mi

Đêm ngất ngây sầu nhớ
Tình bỏ ngỏ mơ hoang
Yêu em giấc muộn màng
Hồn dậy sóng thềm loang

Mùa thu chạm biển khát
Tôi uống ly rượu cay
Hồn chết trong vũng lầy
Ngõ đời thấm men say...

NGUYỄN HỒNG LINH

TÔN NỮ MỸ HẠNH

GIÓ ĐI TỪ ĐỘ

Nụ hôn của gió
Làm má em hồng
Bay bay bụi đỏ
Áo người thu đông.

Xuân hồng biêng biếc
Trôi giữa nhân gian
Sóng xô luyến tiếc
Cánh buồm miên mang.

Những ngày đầy gió
Cuốn tình em xa
Đêm nằm trên cỏ
Ngắm trời bao la.

Anh làm ngọn gió
Thơm ngát xuân thì
Ru em từ thuở
Xanh nụ tình si

Vàng thôi qua ngỏ
Nhớ gì anh ơi
Gió bay từ độ
Còn thơm tóc người.

TÔN NỮ MỸ HẠNH

LÊ KHÁNH NHÂM
NOỌNG ƠI...

Noọng ơi, váy xoè bay
Gió luồn qua rừng, luồn vào tim đấy
Anh thổi khèn gọi vía em về
Chỉ một hơi… mà lòng say mấy núi

Tay Noọng dệt lanh
Mắt Noọng nhuộm chàm
Anh ngồi đếm lửa trên bàn tay nhớ
Cả mùa rẫy chỉ thấy em trong mơ

Không hứa gì đâu
Người vùng cao không hứa
Chỉ gùi ngô, gùi cả yêu thương
Qua mười suối, vẫn gọi: “Noọng ơi…”

Nếu đời là dốc
Anh là vai, Noọng là gùi
Nặng mấy cũng vui
Miễn còn nhau cuối bản.

17/8/2025
LÊ KHÁNH NHÂM

LINHCT

THU MƯA BAY

Sớm mai em thức giấc
Đã thấy thơ bên thềm
Chữ đang ngồi phe phẩy
Chờ bình minh nắng lên

Gió ru mình trên lá
Sương non ôm nhuỵ hoa
Hạ cong mình vội vã
Trao nàng thu món quà

Trời xanh đôi mắt ướt
Rưng rưng phố mưa bay
Lá rơi xào xạc lá
Ngỡ người về qua đây

Có phải Thu khe khẽ
Chạm tay lên vai mềm
Nắng nhẹ nhàng ấm áp
Hôn nhẹ làn tóc em

Có phải tình như nắng
Đến trong ngày không tên
Có phải người như gió
Đến rồi vào lãng quên

Mưa âm thầm nhung nhớ
Len lén vào câu thơ
Mưa qua miền kí ức
Mộng xưa... ai đợi chờ.

LINHCT

GIỌT THU
Nỗi Nhớ Người Xưa

Anh vẽ màu thu và khung trời mộng
Sắc tím bâng khuâng thạch thảo hôm nào
Vẽ hình hài dung nhan màu nhớ
Từng chiều vàng rơi nghiêng ngoài phố
Vẽ nụ cười thơ ngây bỡ ngỡ
Trong ký ức xanh tên mùa thu
Đêm trắng tàn canh ngồi đan sợi nhớ
Trên bến sông xưa rực rỡ sắc hồng
Đò chiều nào ngân nga nhịp sóng
Vỗ mạn thuyền ấp e màu nắng
Rộn lòng mình thanh âm trìu mến
Khi hai đứa đi chung đò ngang
Mây tím còn vương chiều ngang lũng núi
Sông vẫn như xưa chở những tâm tình
Mà một người xa thương ngàn nhớ
Để một người cô đơn sầu lỡ
Chiều từng chiều nghe thu vàng võ
Nghe quay quắt dâng lên hồn thơ
Đôi mắt người xưa hồ thu gợn sóng
Cong vút mi ngoan dáng nhỏ thiên thần
Trộm nhìn nàng nghiêng qua vòm nắng
Lời tự tình xô nghiêng mặt sóng
Chiều từng chiều bâng khuâng chợt nắng
Dáng e ấp trong tâm hồn tôi
Hôm nay thu về màu thu thiết tha
Em nơi xa nào mình ta với ta
Tàn thuốc, trăng điếu khôn nguôi
Hình dung dáng nhỏ môi cười
Sợi tóc nào buông lơi
Ta về em, dung nhan mùa thu ơi!

GIỌT THU
14/8 /2025

SAN PHI
Mơ

Đêm nhìn qua khe cửa
Đóa lan hương im lìm
Mang nợ ba lời hứa
Nỗi đau trở sướt đêm

Hôm nay trời quên sáng
Mơ màng con gọi ba
Giọt trong đêm chảy lặng
Lăn trên mi vỡ nhòa

Giấc mơ quay trở lại
Ba đang ở trên cao
Dạ quang dần xa mãi
Tan cùng trời đầy sao

Trong mơ con bật khóc
Sợi tơ tường vân bay
Ngọn đèn tàn chuỗi ngọc
Đứt đường duyên mềm phai

Sao thắp sáng đêm nay
Thắp lòng con đã sai
Xin trong mơ nhỏ giọt
Sáng hóa lên từng ngày

SAN PHI
0108242222

Hạc Cầm

Hoa rêu ngân ngấn lệ
Nằm ôm cội đá già
Khóc gì giữa nhân thế
Trầm tích lần nở hoa

Mênh mông tìm vạt nắng
Vô hình nụ cười hiền
Đá trầm luân bao kiếp
Tuổi hạc vàng gầy thêm

Người an nhiên thả chữ
Hạt nắng chiều im nghe
Cánh đêm dường quên ngủ
Tâm thức ta lần về

Nhìn trời cao mây trắng
Bóng mờ trên đồi nghiêng
Truyện trăng trên chiếc bóng
Một thuở xưa tiềm tàng

Liễu mềm băng nước trong
Hoa tâm rơi mênh mông
Đá nguyên sơ trầm tích
Nhân sinh tựa dòng sông

Một chiều mây vội tan
Cuội đá già ngàn năm
Trên non cao thiền tịch
Lạc trôi tiếng hạc cầm

San Phi
2611230005

Tiếng Khóc Của Sương

1. "Giếng nhỏ ngóng trăng, trăng nghiêng mình soi đáy giếng. Đêm sâu tưởng chừng sẽ chia lìa, nhưng dù bão tố, chúng vẫn không thể chia cắt. Bởi lẽ, giếng giữ bóng trăng và trăng mang theo hình bóng giếng."

2. "Bão tố trong vườn yêu chẳng thể làm hoa úa tàn, nhưng chính những giọt mưa dầm lại bào mòn những cánh hoa mỏng manh. Trái tim ngừng ngân nga bởi lời nói đã hóa thành dây đàn đứt gãy, để giờ đây, sự im lặng là lời vỗ về cho khúc ca chia ly."

3."Đàn ông, đôi khi, cũng giống như con sò, lặng lẽ khép mình để bảo vệ viên ngọc quý. Cô đơn giữa đại dương, họ tin rằng im lặng là cách tốt nhất để gìn giữ tình yêu. Thế nhưng, hỡi chàng trai, hãy cẩn trọng, bởi sự im lặng ấy có thể khiến nàng hoài nghi, và cho rằng viên ngọc đã tan thành cát bụi."

4."Trăng lầm tưởng mình là vầng dương soi lối, hoá ra chỉ là ánh đèn mờ ảo giữa trùng khơi. Khi tôi rời đi, mặt trời vẫn mọc, Vạn vật vẫn bình lặng, Thì ra, tình yêu chỉ là hư ảo, Mỗi người là một vũ trụ lẻ loi.

San Phi
09012025

NHẬT KÝ VĂN HỌC

NHỮNG ĐIỂM SÁNG VĂN HÓA TOÀN CẦU trong tháng 9/2025

1. Busan International Film Festival – Hàn Quốc

– Diễn ra từ 17 đến 26/9 tại Trung tâm Điện ảnh Busan, kỳ liên hoan phim lần thứ 30 này đặc biệt đánh dấu cột mốc quan trọng với khoảng 240 phim tham gia và một hạng mục cạnh tranh mới mở rộng quy mô. Năm nay còn vinh danh nhiều giải thưởng cùng các nhân vật nổi bật như Jafar Panahi – "Asian Filmmaker of the Year". Wikipedia

2. Global Citizen Festival – Mỹ

– Vào ngày 27/9, tại Công viên Trung tâm (Central Park), New York, lễ hội âm nhạc vì cộng đồng với sự tham gia của The Weeknd, Shakira và nhiều nghệ sĩ quốc tế sẽ "kêu gọi hành động" xoay quanh giáo dục, năng lượng sạch, rừng nhiệt đới Amazon và khuyến khích tình nguyện viên. Pitchfork

3. Riyadh Comedy Festival – Saudi Arabia (Ả Rập Xê Út)

– Diễn ra từ 26/9 đến 9/10 tại Boulevard City, Riyadh, đây là lễ hội hài lớn nhất thế giới với hơn 50 danh hài nổi tiếng như Kevin Hart, Russell Peters, Aziz Ansari, Pete Davidson... – thể hiện sự chuyển mình mạnh mẽ trong lĩnh vực giải trí của quốc gia này. The Times of India. Wikipedia

4. Blood Moon Festival – Jaisalmer, Ấn Độ

– Từ 6 đến 8/9, tại sa mạc Ấn Độ diễn ra lễ hội "Trăng Máu" kết hợp hiện tượng nguyệt thực hiếm hoi, cùng các hoạt động âm nhạc, múa truyền thống và hành trình sa mạc.

The Times of India

5. Dubai PodFest – Các tiểu vương quốc Ả Rập

– Vào ngày 30/9, sự kiện thường niên dành riêng cho cộng đồng podcast (đặc biệt là tiếng Ả Rập), mở ra dịp hội ngộ các sáng tạo âm thanh, kết nối các nhà làm nội dung và thúc đẩy sự phát triển của podcast trong khu vực và quốc tế. The Times of India

6. Fantastic Fest – Austin, Texas, Mỹ

– Từ 18 đến 25/9, lễ hội điện ảnh thể loại (horror, sci-fi, fantasy…) kỷ niệm 20 năm với nhiều buổi công chiếu hấp dẫn, gala mở màn, các phiên pitch hỗ trợ tài năng làm phim mới. statesman.com

7. CBGB Festival – New York, Mỹ

– Vào 27/9, tái hiện tinh thần punk và rock tại công viên Brooklyn với sự góp mặt của những huyền thoại như Iggy Pop, Jack White, Sex Pistols..., tái sinh không khí nghệ thuật ngầm đầy sôi nổi. New York Post

8. London Design Festival – Anh

– Diễn ra từ 13 đến 21/9 toàn thành phố London, lễ hội thiết kế kéo dài 9 ngày, lan tỏa ý tưởng sáng tạo và kêu gọi cộng đồng tham gia qua các mô hình trưng bày và tương tác công cộng. Wikipedia

9. Sydney Fringe Festival – Úc

– Cả tháng 9, festival nghệ thuật độc lập lớn nhất New South Wales trình diễn hơn 450 sự kiện thuộc nhiều thể loại: nghệ thuật trình diễn, âm nhạc, hài, cabaret, nghệ thuật thị giác...

Wikipedia

10. Brisbane Festival – Úc

– Suốt gần ba tuần từ đầu đến giữa tháng, lễ hội nghệ thuật quốc tế bao gồm nhạc cổ điển – đương đại, múa, kịch, hài, opera và trình diễn cộng đồng như Riverfire, thu hút gần một triệu khán giả. Wikipedia

TRÂN TRỌNG GIỚI THIỆU

NHỮNG MẢNH VỤN VĂN HỌC

@

NGUYỄN KIẾN THIẾT

NXB / VĂN HỌC MỚI

THÁNG 9/2025

Sách dày 350 trang

Sửa bản in: Nguyễn Kiến Thiết

Trình bày bìa & nội dung: Hà Nguyên Du

@

Xin liên lạc: Nguyễn Kiến Thiết
Điện thoại: (514) 331-0398
Điện thư: nkttl@outlook.com

TRÂN TRỌNG GIỚI THIỆU

HOA RƠI TỈNH THỨC II

@

THƠ VĂN TUYỂN 6 TÁC GIẢ

TRỊNH Y THƯ SAN PHI VŨ HOÀNG THƯ
HOÀNG XUÂN SƠN HÀ NGUYÊN DU
TIỂU LỤC THẦN PHONG

NXB / VĂN HỌC MỚI
Sách dày 100 trang
Sửa bản in: NT Lệ Thu
Trình bày bìa & nội dung: Hà Nguyên Du
Xin liên lạc nxb or ntlthu1016@gmail.com

TRÂN TRỌNG GIỚI THIỆU

TRÊN ĐỒI HOA TRỔ BÔNG

Thơ

ĐẶNG PHÚ PHONG

Sách dày 166 trang

Tranh bìa: Họa sĩ Đào Hải

Trình bày bìa: Hà Nguyên Du

NXB VĂN HỌC MỚI

2025

NGÃ PHƯƠNG HUYỀN
MỖI KỲ VỚI CA KHÚC MỚI SÁNG TÁC

Thư Tòa soạn

Quí thân hữu và độc giả thân mến...

Đã bao lần có sự đề nghị về việc mở ra một tiết mục quan trọng có liên quan đến lãnh vực văn hóa, nghệ thuật nói chung … đó là: "*Mỗi Kỳ Với Ca Khúc Mới Sáng Tác*" … Nhưng BBT/VHM nhận thấy rằng việc đó mang tính "nhạy cảm", là dễ gây ra những ngộ nhận, không khéo sẽ đưa đến những "mất lòng" nhau một cách khó biện giải trong nội hay ngoại giới!!. Vì thế, chúng tôi đã khép lại những đề nghị như đã nêu trên…

Nhưng lại một lần nữa được mở ra với những đề nghị cũ… do từ một cơ duyên rất "may mắn" là từ những dây mơ rễ má của tình thâm thân hữu, dẫn đến một niềm vui và hạnh phúc khôn tả, đó là được: Nhạc sĩ Từ Công Phụng phổ bài thơ: "Người Muôn Thuở" của tôi thành nhạc, với tên mới "*Gửi Người Muôn Thuở*" (Bài thơ này của tôi nằm ở trang 156-157 trong tập thơ "*Anh Biết, Em Yêu Dấu*" được Nhà sách Tự Lực xuất bản & phát hành năm 2001…

Từ những yếu tố "*kích hoạt*" như kể trên, chúng tôi quyết định thực hiện ngay "*Mỗi Kỳ Với Ca Khúc Mới Sáng Tác*" " bao gồm đăng một, hai sheet nhạc và những bài viết về âm nhạc mang tính nghiên cứu, thảo luận, kể cả những tản mạn đóng góp vào loại hình nghệ thuật dùng âm thanh để diễn đạt, mang nặng tính quần chúng đám đông hơn cả này !! Tiểu mục do **Ngã Phương Huyền phụ trách ...**

Thưa quí thân hữu ...

Thật lòng mà nói rằng, mọi thứ trên đời đều không vượt thuyết tương đối … Việc tương tác thuần tính công tâm, bình đẳng cũng chỉ vững vàng được trong chủ quan đầy niềm tự tin, mới mong mạnh bước với những diễn tiến tốt đẹp, mang niềm vui và hạnh phúc đến với mọi người…

Trân trọng.

* Kỳ thứ **XVI**

1/ Từ Đâu_thơ Hà Nguyên Du_nhạc Trần Duy Đúc

2/ Đóa Hoa Vô Thường_nhạc & lời_ Lê Minh Tiến

Từ Bao Giờ

Thơ: Hà Nguyên Du
Nhạc: Trần Duy Đức

Từ Bao Giờ page 2

Santa Ana, California 1998

Đóa hoa vô thường

Nguyên Minh

vui như theo gió bay... Đêm nay ta quên
ta... hòa cùng đất trời bao la. Vút lên cùng trăng sao.
Lắng sâu vào đáy hồn mênh mông... Và lặng nghe nguồn sống uyên
1.
nguyên đang trào dâng. Từ trong đêm thanh
vắng... giọt sương khuya yên lắng... Một bông hoa thắm
nở tung sáng ngời. Một bông hoa thắm sáng trong đất

TRẢ LỜI THƯ TÍN

1/ Tòa soạn Văn Học Mới, xin chân thành cảm ơn quí thân hữu là Nhà thơ, Nhà văn, Nhà Phê Bình, Biên khảo đã hết lòng ủng hộ..

Rất cảm ơn quí vị đã vì yêu mến VHNT nên không chút lo ngại khi nhiệt tình mua báo dài hạn.

Một niềm hạnh phúc nồng nàn đầy chất khích lệ là gia hạn sự ủng hộ cũng như tiếp tục đóng góp bài vở thường xuyên ... của quí tác giả, quí mạnh thường quân...

Tòa soạn VHM cũng không quên cảm ơn quí vị mua tạp chí của chúng tôi trên Amazon, kể cả mua trong những nhà sách ...

1/Con đường "Lập Đức" của tạp chí VHM vẫn luôn là việc ưu tiên hàng đầu. Vì thế "tiếng thơm đồn xa". Vẫn có lai rai thành viên mới cộng tác, cũng do từ anh em thành viên cũ có quá trình "làm ăn khấm khá với VHM nên giới thiệu cho bạn bè của họ!! Từ đó trong VHM số 20 kỳ đã bắt đầu gia tăng tác giả mua báo dài hạn

2/ VHM một mực thể hiện tình yêu thương quí trọng đến những tác giả đã một đời sống chết với Văn Học Việt Nam, đã để lại nhiều tác phẩm đóng góp.!! (Không phải riêng vì đã cộng tác với VHM mà chúng tôi mới làm số đặc biệt tưởng niệm ...) Mà là thể hiện sống theo đạo lý của dân tộc Việt mình là "Ăn trái nhớ kẻ trồng cây hay uống nước nhớ nguồn..

Có thể kể từ khi VHM ra đời, đã làm số đặc biệt tưởng niếm đến: (Số 2) tưởng niệm nhà thơ/ nhà biên khảo văn học Trần Văn Nam. (Số 6) tri ân nhà thơ/nhà văn/nhạc sĩ Nguyễn Đình Toàn. (Số 8) là số đặcbiệt coi như vinh danh Giai Phẩm Chủ Đề do nhà văn Nguyễn Trung Hối điều hành. (Số 10) tưởng niệm hai nhạc sĩ Nguyễn Hiền và Trầm Tử Thiêng. (Số 13) tưởng niệm Thi sĩ Giáo sư Trần Hồng Châu. Số 16) tưởng niệm nhà thơ Kim Tuấn... Và đến số 20, tưởng niệm nhà thơ/nhà văn Hoài Ziang Duy, một tác giả cộng tác đắc lực với tạp chí Văn Học Mới...Đến số 21 là số không chủ đề gì ...

3/ Trong trang Trả Lời Thư Tín thường kỳ, bổn báo xin giữ nguyền 2 phần trả lời 1& 2. Mục đích để có sự liên tục khi nói đến gồm có bao nhiêu số mà VHM đặc biệt tưởng niệm đến những VNS mà chúng tôi đã làm trong mấy năm qua. Chúng tôi sẽ thông báo trước ít nhất 2 số, về dự trù cho những số tiếp theo sẽ là số tưởng niệm và bài viết chuyên đề về Ký giả / Nhà văn / Thi sĩ Hoài Trinh (trong thời kháng chiến chống Pháp, có in trong cuốn "Thi Nhân Việt Nam Hiện Đại Quyển 1 - Do Phạm Thanh biên soạn - NXB Sống Mới 1959). Nhưng sau khi thảo luận với các nhà biên khảo thì bị trở ngại, bởi 1 lý do thiết yếu và duy nhất là Thi sĩ Hoài Trinh, dù nổi tiếng trong những thập niên trước của thời ông sinh hoạt, nhưng chí có nhiều bản thảo về truyện và thơ mà chưa bung ra đời bằng sách xuất bản. Từ đó kêu gọi người viết thì thiếu hẳn tài liệu. Chính vì thế chúng tôi sẽ tiếp tục tưởng niệm hay vinh danh những tên tuổi dưới đây:

Số 28 Vinh danh Nhà Văn Nguyễn Văn Sâm
Số 31 Tưởng niệm Nhà văn Nguyễn Xuân Hoàng
Số 32 Tưởng niệm Nhạc sĩ Đỗ Lễ
Số 33 Vinh Danh Nhà Thơ Hoàng Xuân Sơn
Số 34 Bắt đầu phát hành vào tháng 11.2024 - mỗi tháng ra 1 số báo ...

4/ VHM số 24 tưởng niệm Nhà văn Nguyễn Trung Hối

5/ Trong 2 tháng vừa qua, VHM làm hai số dồn một, tức là số "22 &23" thuộc số tháng 2 năm 2023 Xuân Quí Mão. Chính bổn báo cũng không ngờ rằng với chỉ mục đích là "Kỷ Niệm 5 Năm Phát Hành Văn Học Mới" thôi!! (Theo dự trù là nhắm giới thiệu sự nghiệp sáng tác của mỗi tác giả) nên dành nhiều trang để họ có dịp tỏ bày... Ngờ đâu rằng "phóng lao thì phóng theo lao" ... Số trang tăng vọt lên chưa từng có trong lịch sử của mọi thời, mọi tờ báo Văn Học. (tăng gần 8 trăm trang). Khiên tờ báo nặng ký như cuốn tự điển.... Phát hành xong, mỗi tác giả đều có trong tay, hẳn nhiên sự trố mắt nhìn và tóm tắt khen ngợi không tiếc lời!!

6/ Trong Văn Học Mối số 22 & 23 Xuân Quí Mão vừa qua, có số lượng tác giả gia hạn mua báo dài hạn cũng tăng đều đặn.... Bổn báo chân thành cảm ơn quí tác giả tích cực cộng tác với VHM và nhiệt tình ủng hộ báo dài hạn. Một hành động nhân quả tốt đẹp là một niềm khích lệ vô cùng lớn lao cho tờ báo thêm mạnh bước chân cứng đá mềm!!

7/ VHM số 27 & 28 đã công bố trước ngày bắt đầu của "Giải Thơ Văn Học Mới 2024" . Thật sự ngày tháng bắt đâu nhận bài là giữa tháng hai và kết thúc đến giữa tháng 5 > Tháng 6 mới công bố kết quả giải, nhưng từ khi bắt đầu công bố sớm trên VHM số 27, đã có hàng loạt người ở khắp nơi đã gửi bài dự thi trước rồi, Đó là một biểu hiện tích cực đầy lạc quan cho Giải Thơ mang tính đột phá và thăng hoa cho "dòng chảy VHNT" ở Hải Ngoại của chúng ta....Mãi cho đến VHM số 29 Xuân Giáp Thìn cận kề đến, số lượng người tham dự càng tiếp tục gia tăng hơn. Chúng tôi đang chuẩn bị đánh "số mật mã cho mỗi tác giả" để giữ công bằng và gửi đến mỗi giám khảo trong hội đồng chấm giải...

8/ Xin quý tác giả **LƯU Ý** , khi gởi bài cho Văn Học Mới - **Bộ mới phát hành mỗi tháng ra một số (1 Tháng / ra 1 số - "Nguyệt San Báo) :**
- Về thơ: Không quá 3 trang...
- Về Truyên ngắn: Không quá 12 trang, nếu hơn ... có thể đăng làm 2 kỳ)

BÀI VỞ GỞI VỀ VĂN HỌC MỚI:

Gởi sáng tác, xin kèm theo địa chỉ, tên thật (có thể), số phone và Email. Gởi đến Văn Học Mới xin vui lòng đừng gởi báo khác. ***Nay Văn Học Mới phát hành theo định kỳ mỗi tháng ra 1 số. Như vậy trong vòng 1 tháng sau đó mà không thấy đăng, thì quí vị có quyền đăng báo khác. Điều quan trọng Văn Học Mới muốn nhắn nhủ đến quí tác giả là: Chúng tôi không đăng bài đã: 1/Đăng trên Facebook. 2/ Hoặc bất cứ đâu. 3/ Không nhận bài vở viết tay...***

Văn Học Mới xin quí vị lưu ý: là tạp chí **không có qui định trả tiền nhuận bút cho bất cứ tác giả nào cộng tác.** *(Vì vậy, mỗi tác giả trong nước khi gởi bài đăng , dưới tác phẩm thơ / văn, ngoài bút danh với tên thật hay điện thoại là tốt... Nhưng xin đừng ghi như bên VN là CMND và tài khoản ..v..v..*

Bài vở đánh máy trên một mặt giấy. Xin dùng Microsoft Word với công cụ đánh chữ **Uni Code hay Unikey** là tốt nhất. Nên dùng Font chữ thông dụng nhất là **Time New Roman.** *Bài vở không đăng chúng tôi không gởi trả lại. Theo nguyên tắc chờ một số mà không thấy đăng, số kế tiếp nếu có đăng thì chúng tôi sẽ thông báo, để quí vị không đăng báo khác...*

TẠP CHÍ VĂN HỌC MỚI
PHÁT HÀNH 12 SỐ /NĂM
BẮT ĐẦU SỐ 34 / PHÁT HÀNH VÀO THÁNG 11/2024

NHẬN BÀI TỪ NGÀY 1 ĐẾN NGÀY 15
NẾU AI GỬI TRỄ - SẼ DỜI LẠI SỐ SAU

Gửi bài vở cho tạp chí Văn Học Mới theo 3 hộp thư:
vanhocmoi4@gmail.com
tapchivanhocmoi.tho@gmail.com
ntlthu1016@gmail.com

Ngân phiếu/ chí phiếu mua báo dài hạn, xin đề:
HA NGUYEN
10291 Arundel, Ave
Westminster, CA 92683 - USA

Một cách rất tiện lợi và nhanh nhất là gởi trả qua công cụ có sẵn trong mỗi. ngân hàng là ; Zelle. (khi tác giả nào cần trả qua Zelle hãy email trước cho biết , sẽ cho số phone , kèm theo tên Ha Nguyen nữa là xong.

GIÁ BIỂU BÁO DÀI HẠN 12 SỐ / NĂM

HOA KỲ / MỘT NĂM / $ 240.00 . HAI NĂM $ 460.00

MUA______/ NĂM

CANADA / AUSTRALIA / PHÁP / ĐỨC
MỘT NĂM $ 280.00 . HAI NĂM / $540.00

MUA______/ NĂM

GIÁ BÁN TẠI CÁC NHÀ SÁCH US $20.00

GIÁ BIỂU BÁO DÀI HẠN 12 SỐ / NĂM

HOA KỲ / MỘT NĂM / $ 240.00 . HAI NĂM $ 460.00

MUA______/ NĂM

CANADA / AUSTRALIA / PHÁP / ĐỨC
MỘT NĂM $ 280.00 . HAI NĂM / $540.00

MUA______/ NĂM

GIÁ BÁN TẠI CÁC NHÀ SÁCH US $20.00

GIÁ BIỂU BÁO DÀI HẠN 12 SỐ / NĂM

HOA KỲ / MỘT NĂM / $ 240.00 . HAI NĂM $ 460.00

MUA______/ NĂM

CANADA / AUSTRALIA / PHÁP / ĐỨC
MỘT NĂM $ 280.00 . HAI NĂM / $540.00

MUA______/ NĂM

GIÁ BÁN TẠI CÁC NHÀ SÁCH US $20.00

Chúng tôi NHẬN in ấn tác phẩm thuộc VHNT

NHÀ XUẤT BẢN VĂN HỌC MỚI

Phát hành toàn cầu qua hệ thống Amazon.
Sẽ giao đến tận nhà quí vị. Trên
tinh thần ủng hộ quí Văn Nghệ Sĩ
và thân hữu trong giới sáng tác
Liên lạc Hà Nguyên Du

vanhocmoi4@gmail.com
tapchivanhocmoi.tho@gmail.com
ntlthu1016@gmail.com

VĂN HỌC MỚI
tạp chí

Tranh bìa Họa sĩ Kimchi Hoang:
Window Glass For Painting

Trình bày Bìa & Nội dung: HÀ NGUYÊN DU

*

www.ingramcontent.com/pod-product-compliance
Ingram Content Group UK Ltd.
Pitfield, Milton Keynes, MK11 3LW, UK
UKHW020627120926
15112UKWH00034B/95

9 798868 928475